ചിന്താവിഷ്ടയായ സീത

chinthavishtayaya seetha

•

kumaranasan

•

first chintha edition
may 2019

•

typesetting & published
chintha publishers, thiruvananthapuram

•

cover
vinodmangoes

വിതരണം

ദേശാഭിമാനി ബുക്ക് ഹൗസ്

H O തിരുവനന്തപുരം-695 035
phone: 0471-2303026, 6063026
www.chinthapublishers.com
chinthapublishers@gmail.com

ബ്രാഞ്ചുകൾ

ഹെഡ്ഡാഫീസ് ബ്രാഞ്ച് കുന്നുകുഴി • സ്റ്റാച്യു തിരുവനന്തപുരം • കെ എസ് ആർ ടി സി ബസ് സ്റ്റേഷൻ ആലപ്പുഴ • കെ എസ് ആർ ടി സി ബസ് സ്റ്റേഷൻ എറണാകുളം • മച്ചിങ്ങൽ ലെയ്ൻ തൃശൂർ • ഐ ജി റോഡ് കോഴിക്കോട് • മാവൂർ റോഡ് കോഴിക്കോട് • എൻ ജി ഒ യൂണിയൻ ബിൽഡിങ് കണ്ണൂർ • സെൻട്രൽ ബസ് ടെർമിനൽ കോംപ്ലക്സ് താവക്കര കണ്ണൂർ

CO - 2789 / 5042
ISBN - 978-93-88485-51-0

ചിന്താവിഷ്ടയായ സീത

കുമാരനാശാൻ

ചിന്ത പബ്ലിഷേഴ്സ്
തിരുവനന്തപുരം-695 035

ഉള്ളടക്കം

പ്രസാധകക്കുറിപ്പ്

ആശാന്റെ *ചിന്താവിഷ്ടയായ സീത* പ്രസിദ്ധീകൃതമായിട്ട് 2019 ൽ നൂറ് വർഷം തികയുന്നു. 1914 ൽ എഴുതാനാരംഭിച്ച കൃതി 1919-ലാണ് പൂർത്തിയാക്കിയത്. മലയാള ഖണ്ഡകാവ്യങ്ങളിൽ ഇത്രയേറെ ചർച്ച ചെയ്യപ്പെട്ട മറ്റൊരു കൃതി ഉണ്ടാവില്ല. രാമായണത്തിലെ ഒരു കഥാസന്ദർഭത്തിൽ നിന്നുമാണ് *ചിന്താവിഷ്ടയായ സീതയുടെ* ആശയം ആശാൻ സ്വീകരിച്ചത്. ശ്രീരാമനാൽ പരിത്യജിക്കപ്പെട്ട സീതയെ വാല്മീകി അവതരിപ്പിച്ചതിൽനിന്നും വ്യത്യസ്തമായാണ് ആശാൻ അവതരിപ്പിക്കുന്നത്. വാല്മീകിരാമായണത്തിൽ നാം കാണുന്ന സീത തന്നെ ഉപേക്ഷിച്ച രാമനോട് പരിഭവിക്കാതെ മക്കളെ വളർത്തി വാല്മീകിയുടെ ആശ്രമത്തിൽ കഴിയുന്നവളാണെങ്കിൽ ആശാന്റെ സീത രാമനെ, തങ്ങളുടെ ദാമ്പത്യത്തെ, രാജാധികാരത്തെ നിർദ്ദാക്ഷിണ്യം വിചാരണ ചെയ്യുന്നവളാണ്. സീതയെ കേന്ദ്രസ്ഥാനത്തു നിർത്തി രാമായണത്തെ പുനർവായനയ്ക്കു വിധേയമാക്കിയ ഈ കൃതി മലയാളത്തിലെ ആദ്യത്തെ സ്ത്രീപക്ഷ കവിതയാണ്. ഭർതൃപാദങ്ങളെ കേവലമായി പിന്തുടരുന്നവളല്ല ഈ ഖണ്ഡകാവ്യത്തിലെ സീത. സ്വന്തമായ അസ്തിത്വമുള്ളവളും അധികാരകേന്ദ്രങ്ങളെ ചോദ്യം ചെയ്യാൻ കെല്പുള്ളവളുമാണവൾ. അതുതന്നെയാണ് ഈ കൃതിയുടെ കാലിക പ്രസക്തിയും. പില്ക്കാലത്ത് മലയാളക്കരയിലുണ്ടായ സ്ത്രീമുന്നേറ്റങ്ങളുടെ നാന്ദിയായ *ചിന്താവിഷ്ടയായ സീത*യുടെ നൂറാം വാർഷികപ്പതിപ്പിറക്കാനായതിൽ ഞങ്ങൾക്കു സന്തോഷമുണ്ട്. ഈ കൃതിക്ക് മികച്ച ഒരു പഠനം തയ്യാറാക്കിയ ഡോ. കെ എസ് രവികുമാറിനോടുള്ള നിസ്സീമമായ സ്നേഹം ഇവിടെ കുറിയ്ക്കുന്നു.

ചിന്ത പബ്ലിഷേഴ്സ്

കുമാരനാശാൻ
ജീവിതരേഖ

മലയാള കവിതയിൽ യുഗപരിവർത്തനം സൃഷ്ടിച്ച മഹാകവിയാണ് കുമാരനാശാൻ. അന്നു നാട്ടുരാജ്യമായിരുന്ന തിരുവിതാംകൂറിൽ തിരുവനന്തപുരം നഗരത്തിനു വടക്കുമാറി ചിറയിൻകീഴിനടുത്തുള്ള കായിക്കര എന്ന കടൽത്തീര ഗ്രാമത്തിലാണ് കുമാരനാശാൻ ജനിച്ചത്. തൊമ്മൻ വിളാകത്തു വീട്ടിൽ നാരായണൻ പെരുങ്കുടിയും കാളിയമ്മയുമായിരുന്നു മാതാപിതാക്കൾ. 1873 ഏപ്രിൽ 12 (1048 മേടം ഒന്ന്) ചിത്തിര നക്ഷത്രവും പൗർണ്ണമിയും ചേർന്നു വന്ന ദിവസമായിരുന്നു കുമാരനാശാന്റെ ജനനം.

7

ചിന്താവിഷ്ടയായ സീത

കുമാരനാശാൻ

ഏഴാം വയസ്സിൽ കുമാരുവിനെ എഴുത്തിനിരുത്തി. തുണ്ടത്തിൽ പെരുമാളാശാന്റെ കുടിപ്പള്ളിക്കൂടത്തിലായിരുന്നു പ്രാഥമിക വിദ്യാഭ്യാസം. ഉടയാൻകുടി കൊച്ചുരാമൻ വൈദ്യന്റെ അടുക്കൽ സംസ്കൃതപഠനവും ആരംഭിച്ചു. സ്കൂളുകൾ ഇല്ലാതിരുന്ന കായിക്കരയിൽ ആയിടെ ഒരു പ്രൈമറി സ്കൂൾ ആരംഭിച്ചു. അവിടെ കുമാരു പതിനൊന്നാം വയസ്സിൽ രണ്ടാം ക്ലാസിൽ ചേർന്ന് പഠനം ആരംഭിച്ചു. പതിന്നാലാം വയസ്സിൽ നാലാം ക്ലാസ് പാസായ കുമാരു കുറെനാൾ അവിടെത്തന്നെ അദ്ധ്യാപകനായി പ്രവർത്തിച്ചു. അങ്ങനെയാണ് അദ്ദേഹത്തിന് കുമാരനാശാൻ എന്ന പേര് പതിഞ്ഞത്. തുടർന്നുള്ള സ്കൂൾ വിദ്യാഭ്യാസത്തിന് സാഹചര്യങ്ങൾ അനുകൂലമായിരുന്നില്ല. അക്കാലത്ത് കൊച്ചാര്യൻ വൈദ്യൻ എന്നൊരാളുടെ പീടികയിൽ കണക്കെഴുത്തുകാരനായി ജോലി ചെയ്തു.

പഠനത്തിൽ താല്പര്യമുള്ള കുമാരു ആ ജോലി ഉപേക്ഷിച്ച് മണമ്പൂർ ഗോവിന്ദനാശാന്റെ അടുത്ത് സംസ്കൃതത്തിൽ ഉപരിപഠനം നടത്തി. ചെറുപ്പത്തിൽത്തന്നെ പ്രകടമായിരുന്ന കവിതാവാസന ഈ ഘട്ടത്തിൽ വളർന്നു വന്നു. പരവൂർ കേശവനാശാന്റെ *സുജനാനന്ദിനി* എന്ന ആനുകാലികത്തിലാണ് ആദ്യകാല രചനകൾ പലതും അച്ചടിച്ചു വന്നത്. സ്തോത്രകൃതികളും ദേവതാ പ്രകീർത്തനങ്ങളുമായിരുന്നു അതിലേറെയും. ആദ്ധ്യാത്മിക താല്പര്യം പുലർത്തിയിരുന്ന ജീവിതമായിരുന്നു ഈ കാലത്ത് ആശാൻ നയിച്ചിരുന്നത്. ഈ കാലയളവിൽ ശ്രീനാരായണ ഗുരുവിനെ പരിചയപ്പെടാനും കുമാനാശാനു കഴിഞ്ഞു. 1888 ൽ ആണ് ശ്രീനാരായണ ഗുരു അരുവിപ്പുറം പ്രതിഷ്ഠ നടത്തിയത്. ശ്രീനാരായണഗുരുവിന്റെ ആദ്ധ്യാത്മിക പ്രഭാവത്തിലും സാമൂഹിക ഇടപെടലുകളിലും ആകൃഷ്ടനായ കുമാരനാശാൻ 1891 മുതൽ അരുവിപ്പുറത്ത് ഗുരുവിന്റെ പ്രവർത്തനങ്ങളിൽ സഹായിയായി താമസം തുടങ്ങി.

കുമാരനാശാന്റെ ജീവിതത്തെ അഗാധമായി സ്വാധീനിച്ച ബന്ധമായിരുന്നു ശ്രീനാരായണ ഗുരുവുമായുള്ളത്. സംസ്കൃതം, തമിഴ് ഭാഷകളിലും വേദാന്തത്തിലും ഗുരുവിൽനിന്നും അദ്ദേഹം ഉപരിവിദ്യാഭ്യാസം നേടി; യോഗവിദ്യ അഭ്യസിച്ചു. പൊതു സമൂഹത്തിൽ ജാതിയുടെ പേരിൽ വലിയ വിവേചനം അനുഭവിച്ചിരുന്ന ഈഴവ സമുദായത്തിന്റെ ഉന്നതി ജീവിതലക്ഷ്യമായി കരുതിയ ഡോ. പി പല്പു ശ്രീനാരായണഗുരുവിനെ മുൻനിർത്തി സമുദായോദ്ധാരണ പ്രവർത്തനങ്ങൾ ആരംഭിച്ച കാലമായിരുന്നു അത്. കുമാരുവിന്റെ ബൗദ്ധിക ശേഷികൾ തിരിച്ചറിഞ്ഞ ശ്രീനാരായണഗുരു, ആ യുവാവിന് ഉന്നത വിദ്യാഭ്യാസം നല്കുന്നതിനുവേണ്ടി ഡോ. പല്പുവിനെ ചുമതലപ്പെടുത്തി. ഗുരു തന്നെ, കുമാരുവിനെയും കൂട്ടി ഡോ. പല്പുവിന്റെ ജോലിസ്ഥലമായ ബാംഗ്ലൂരിലേക്ക് പോകുകയായിരുന്നു. 1895 ൽ ആയിരുന്നു കുമാരനാശാൻ ബാംഗ്ലൂരിൽ ശ്രീ ചാമരാജേന്ദ്ര സംസ്കൃത കോളേജിൽ ചേർന്നത്. തർക്കശാസ്ത്രം (ന്യായം) ആയിരുന്നു അവിടെ കുമാരനാശാൻ ഐച്ഛികവിഷയമായി പഠിച്ചത്. രണ്ടു കൊല്ലത്തിനു ശേഷം അവിടെ വിദ്യാഭ്യാസം തുടരാൻ കഴിയാതെ കുമാ

രനാശാൻ മദിരാശിയിലേക്കു പോയി. ആറുമാസത്തോളം മദിരാശിയിൽ കഴിഞ്ഞ കുമാരനാശാൻ 1898 ൽ കല്ക്കത്തയിലെത്തി. അവിടെ സംസ്കൃത കോളേജിൽ ചേർന്ന് 'തർക്ക തീർത്ഥ' എന്ന ബിരുദത്തിനു വേണ്ടി പഠനം ആരംഭിച്ചു. അവിടെയും വിദ്യാഭ്യാസം പൂർത്തീകരിച്ച് ബിരുദം നേടാൻ അദ്ദേഹത്തിനു കഴിഞ്ഞില്ല. എങ്കിലും അക്കാലത്ത് ബംഗാൾ കേന്ദ്രമാക്കി നടന്നിരുന്ന നവോത്ഥാന പ്രവർത്തനങ്ങളുടെ അന്തരീക്ഷം ഉൾക്കൊള്ളാൻ കുമാരനാശാനു കഴിഞ്ഞിരുന്നു. ജനതയുടെ ആദ്ധ്യാത്മികവും ഭൗതികവുമായ വികാസം ലക്ഷ്യമാക്കി പ്രവർത്തിച്ചിരുന്ന വിവേകാനന്ദന്റെയും മറ്റ് നവോത്ഥാന നായകന്മാരുടെയും പ്രവർത്തനങ്ങളുടെ ചൈതന്യം കുമാരനാശാനെയും സ്വാധീനിച്ചിരിക്കണം. ഈ കാലയളവിൽ ഇംഗ്ലീഷിലും സാമാന്യം നല്ല പരിജ്ഞാനം നേടാൻ അദ്ദേഹത്തിനു കഴിഞ്ഞു.

1900–ാമാണ്ട് അരുവിപ്പുറത്ത് തിരിച്ചെത്തിയ കുമാരനാശാൻ വീണ്ടും നാരായണഗുരുവിനോടൊപ്പം പ്രവർത്തനങ്ങളിൽ മുഴുകി. ആളുകൾ 'ചിന്നസ്വാമി' എന്നു വിളിക്കത്തക്കവിധം ഗുരുവിന്റെ ഏറ്റവും അടുത്ത ശിഷ്യനെപ്പോലെയായിരുന്നു കുമാരനാശാൻ പ്രവർത്തിച്ചിരുന്നത്. 1903 ജൂൺ 4 ന് ശ്രീനാരായണ ഗുരു സ്ഥിരാദ്ധ്യക്ഷനും ഡോ. പി പല്പു ഉപാദ്ധ്യക്ഷനും ആയി രൂപീകരിച്ച ശ്രീനാരായണധർമ്മ പരിപാലനയോഗത്തിന്റെ ജനറൽ സെക്രട്ടറിയായി കുമാരനാശാൻ നിയോഗിക്കപ്പെട്ടു. 1904 മെയ് മാസത്തിൽ യോഗത്തിന്റെ മുഖപത്രമായി *വിവേകോദയം* മാസിക കുമാരനാശാന്റെ പത്രാധിപത്യത്തിൽ ആരംഭിച്ചു. സാമുദായികവും രാഷ്ട്രീയവുമായ കാര്യങ്ങൾക്കു പുറമേ സാഹിത്യത്തിനും പ്രാധാന്യം കൊടുത്തിരുന്ന ആനുകാലിക പ്രസിദ്ധീകരണമായിരുന്നു *വിവേകോദയം*. എസ് എൻ ഡി പി യോഗത്തിന്റെ ജനറൽ സെക്രട്ടറി, *വിവേകോദയം* പത്രാധിപർ എന്നീ നിലകളിൽ വളരെ തിരക്കു പിടിച്ച ജീവിതമാണ് കുമാരനാശാൻ നയിച്ചിരുന്നത്.

ഈ കാലത്തൊക്കെയും കുമാരനാശാൻ ചെറിയ തോതിൽ കവിതയെഴുതിയിരുന്നു. എന്നാൽ അദ്ദേഹത്തിന്റെ കാവ്യജീവിതത്തിൽ വ്യക്തമായ ഒരു മാറ്റമുണ്ടായത് *വീണപൂവി*ന്റെ രചനയോടെയാണ്. 1907 ൽ രചിച്ച ആ ലഘുകാവ്യം തലശ്ശേരിയിൽനിന്നും പുറത്തുവന്നിരുന്ന *മിതവാദി* എന്ന മാസികയിലാണ് ആദ്യം പ്രസിദ്ധീകരിച്ചത്. ചെടിയിൽ നിന്നും അടർന്നു നിലം പതിച്ച ഒരു പൂവിനെക്കുറിച്ചുള്ള ചിന്തകളാണ് ആ ചെറുകാവ്യത്തിലെ പ്രമേയം. ദാർശനിക ചിന്തയും അനുഭവതീക്ഷ്ണതയും പ്രതീകാത്മകതയും ഭാവശക്തിയും ഭാഷാനവത്വവും കാല്പനികചാരുതയും എല്ലാം ചേർന്ന് അനുപമമായ ഒരു കാവ്യാനുഭവമാണ് വീണപൂവ് മലയാളത്തിന് പകർന്നു നല്കിയത്. അത് മലയാളകവിതയിൽ ഒരു യുഗ സംക്രമത്തിന് തുടക്കംകുറിച്ചു.

വീണപൂവ് എന്ന കവിതയുടെ മികവ് കണ്ടറിഞ്ഞ അക്കാലത്തെ പ്രമുഖ കവിയും ഗദ്യകാരനുമായിരുന്ന സി എസ് സുബ്രഹ്മണ്യൻ പോറ്റി

തന്റെ ഒരു മുഖവുരയോടുകൂടി ആ ലഘുകാവ്യം *ഭാഷാപോഷിണി*യിൽ പുനഃപ്രസിദ്ധീകരിച്ചു. അതോടെ മലയാള സാഹിത്യത്തിന്റെ പൊതു ധാരയിൽ *വീണപൂവ്* ശ്രദ്ധിക്കപ്പെട്ടു. പാഠപുസ്തകസമിതി അദ്ധ്യക്ഷ നായിരുന്ന കേരളവർമ്മ വലിയ കോയിത്തമ്പുരാൻ *വീണപൂവ്* പദ്യപാ ഠാവലിയിൽ ഉൾപ്പെടുത്തി. ഈ നിലയിൽ *വീണപൂ*വിന് ലഭിച്ച അംഗീ കാരം മലയാളകവിതാരംഗത്ത് കുമാരനാശാന് പ്രധാനപ്പെട്ട ഒരു സ്ഥാനം നേടിക്കൊടുത്തു. *വീണപൂവി*നു ശേഷം ആശാൻ രചിച്ച *ഒരു സിംഹപ്ര സവവും* (1909) ശ്രദ്ധിക്കപ്പെട്ട ലഘുകവിതയാണ്.

മലയാള കവിതാ രംഗത്ത് കുമാരനാശാൻ ഒന്നാം നിരക്കാരനായി അംഗീകരിക്കപ്പെട്ടത് *നളിനി*യുടെ പ്രസിദ്ധീകരണത്തോടെയാണ്. മല യാളത്തിൽ നിലനിന്നിരുന്ന കാവ്യ സംസ്കാരത്തിൽനിന്ന് തികച്ചും വിഭി ന്നമായ ഒരു കൃതിയായിരുന്നു *നളിനി അഥവാ ഒരു സ്നേഹം* എന്ന ഖണ്ഡകാവ്യം. മലയാളത്തിന് അപരിചിതമായിരുന്ന വിശുദ്ധമായ സാത്വിക പ്രണയത്തിന്റെ ഭാവതീവ്രമായ ആവിഷ്കാരമായിരുന്നു ആ ഖണ്ഡകാവ്യം. പരമ്പരാഗത കാവ്യസംസ്കാരത്തിന്റെ പുറംതൊങ്ങ ലുകൾ കുടഞ്ഞെറിഞ്ഞ തികച്ചും പുതുമയുള്ള രൂപഭാവങ്ങളാണ് നളിനിയിൽ സഹൃദയലോകം കണ്ടത്. ആ വിശിഷ്ട കാവ്യത്തിന്റെ സവി ശേഷത തിരിച്ചറിഞ്ഞ് എ ആർ രാജരാജവർമ്മ എഴുതിയ അവതാരിക *നളിനി*യുടെ മികവിനെയും പുതുമയെയും എടുത്തു കാട്ടി. ആ അവതാ രിക മലയാള നിരൂപണചരിത്രത്തിലെ നാഴികക്കല്ലായി മാറുകയും ചെയ്തു.

കുറേക്കൂടി ലൗകിക സ്വഭാവം പുലർത്തിയ കഥാപാത്രങ്ങളെ കേന്ദ്രീ കരിച്ച് സ്ത്രീപുരുഷപ്രണയത്തിന്റെ മറ്റൊരുതലം ആവിഷ്കരിച്ച കാവ്യ മാണ് *ലീല.* 1913 ൽ രചന പൂർത്തീകരിച്ച ആ ഖണ്ഡകാവ്യം അടുത്ത വർഷം പുസ്തകരൂപത്തിൽ പുറത്തുവന്നു. സർ എഡ്വിൻ ആർ നോൾഡിന്റെ *Light of Asia* എന്ന കാവ്യം *ബുദ്ധചരിതം* എന്ന പേരിൽ കുമാരനാശാൻ കിളിപ്പാട്ടു രീതിയിൽ വിവർത്തനം ചെയ്തതിന്റെ ആദ്യത്തെ രണ്ടു കാണ്ഡങ്ങൾ 1915 ൽ പ്രസിദ്ധപ്പെടുത്തി. മൂന്നും നാലും കാണ്ഡങ്ങൾ 1917 ൽ പ്രസിദ്ധപ്പെടുത്തി. അഞ്ചാം കാണ്ഡം കുമാരനാ ശാന്റെ മരണശേഷമാണ് പുറത്തുവന്നത്.

വാല്മീകി രാമായണം കുട്ടികൾക്ക് വായിച്ചാസ്വദിക്കാൻ പാകത്തിൽ ലളിതമധുരമായ ഭാഷയിൽ പുനരാഖ്യാനം ചെയ്ത *ബാലരാമായണം* 1917 ൽ പ്രസിദ്ധീകരിച്ചു. *ബുദ്ധചരിതം* പോലെ *ബാലരാമായണ*വും പൂർത്തീകരിക്കാൻ കുമാരനാശാനു കഴിഞ്ഞില്ല.

ഗ്രാമവൃക്ഷത്തിലെ കുയിൽ എന്ന ലഘുകാവ്യം 1918 ൽ പുറത്തു വന്നു. എസ് എൻ ഡി പി യോഗം ജനറൽ സെക്രട്ടറി എന്ന നിലയിൽ ആശാനെതിരെ ചില കേന്ദ്രങ്ങളിൽനിന്ന് ഉയർന്നുവന്ന വിമർശനങ്ങളാണ് ആ കവിത എഴുതാൻ ആശാനെ പ്രേരിപ്പിച്ചത്. ശ്രീനാരായണഗുരു വിനെക്കുറിച്ചുള്ള നിർവ്യാജമായ സ്നേഹാദരങ്ങൾ നിറഞ്ഞു നില്ക്കുന്ന

ഒരു കൃതിയാണത്.

കുമാരനാശാന് അത്യധികം മതിപ്പും ബഹുമാനവും ഉണ്ടായിരുന്ന എ ആർ രാജരാജവർമ്മ 1918 ൽ അകാല ചരമം പ്രാപിച്ചു. ആ മഹച്ചരമത്തിൽ അനുശോചിച്ചു കൊണ്ട് ആശാൻ എഴുതിയ വിലാപ കാവ്യമാണ് *പ്രരോദനം*. തത്ത്വചിന്താ നിർഭരമായ ഒരു പ്രൗഢകാവ്യമാണത്. 1914 ൽ എഴുതിത്തുടങ്ങിയ *ചിന്താവിഷ്ടയായ സീത*യുടെ രചന 1919 ഡിസംബറിൽ പൂർത്തീകരിച്ചു. 1922 ൽ കുമാരനാശആന്റെ രണ്ടു ഖണ്ഡകാവ്യങ്ങൾ പ്രസിദ്ധീകരിക്കപ്പെട്ടു. *ദുരവസ്ഥ*യും *ചണ്ഡാലഭിക്ഷുകി*യും. ജാതി വ്യവസ്ഥയുടെ ജീർണ്ണസ്വരൂപത്തെ ശക്തമായി വിമർശിക്കുന്ന കൃതികളാണവ രണ്ടും. 1921 ൽ നടന്ന മലബാർ കലാപത്തിന്റെ (മാപ്പിള ലഹള) പശ്ചാത്തലത്തിൽ രചിച്ച കാവ്യമാണ് *ദുരവസ്ഥ*. ബുദ്ധമത കഥയെ ഇതിവൃത്തമാക്കി രചിച്ച *ചണ്ഡാലഭിക്ഷുകി*യെത്തുടർന്ന് മറ്റൊരു ബുദ്ധമത സംബന്ധമായ ഇതിവൃത്തത്തെ സ്വീകരിച്ച് ആശാൻ എഴുതിയ *കരുണ* 1923 ൽ പുറത്തുവന്നു. പല കാലങ്ങളിലായി കുമാരനാശാൻ എഴുതിയ ലഘു കവിതകളുടെ സമാഹാരങ്ങളാണ് ആശാൻ ജീവിച്ചിരുന്ന കാലത്ത് പ്രസിദ്ധീകരിച്ച *പുഷ്പവാടി* (1922) യും ചരമാനന്തരം പ്രസിദ്ധീകരിച്ച *മണിമാല* (1924) *വനമാല* (1925) എന്നിവയും.

തന്റെ കൃതികളുടെ പ്രസിദ്ധീകരണത്തിനുവേണ്ടി 1913 ൽ കുമാരനാശാൻ ശാരദാ ബുക്ക് ഡിപ്പോ സ്ഥാപിച്ചു. അതേവർഷം തന്നെ എസ് എൻ ഡി പി യോഗത്തിന്റെ പ്രതിനിധി എന്ന നിലയിൽ അദ്ദേഹം ശ്രീമൂലം പ്രജാസഭയിൽ അംഗമായി. ഇടയ്ക്ക് ചെറിയ ഒരു കാലം ഒഴിച്ചാൽ തുടക്കം മുതൽ 1920 വരെ ആശാൻ യോഗത്തിന്റെ ജനറൽ സെക്രട്ടറിയായിരുന്നു. 1922 ലെ യോഗം വാർഷികത്തിൽ അദ്ദേഹമായിരുന്നു അദ്ധ്യക്ഷൻ. ആ വർഷം മലയാള കവിതയ്ക്ക് നല്കിയ സംഭാവനകളെ മുൻനിർത്തി, കുമാരനാശാന് വെയിൽസ് രാജകുമാരൻ പട്ടുംവളയും സമ്മാനിച്ചു.

1918 ൽ കുമാരനാശാൻ ഭാനുമതി അമ്മയെ വിവാഹം ചെയ്തു. സുധാകരൻ, പ്രഭാകരൻ എന്നിവർ മക്കൾ.

1924 ജനുവരി 16 (1099 മകരം 3) ന് പല്ലനയാറ്റിൽ ഉണ്ടായ ബോട്ടപകടത്തിൽ കുമാരനാശാൻ മരണമടഞ്ഞു.

പഠനം

സ്ത്രീസ്വത്വത്തിന്റെ കനൽസ്വരം

ഡോ. കെ എസ് രവികുമാർ

കുമാരനാശാൻ മഹാകവിയായത് മഹാകാവ്യമെഴുതിയതുകൊണ്ടല്ല; മഹത്തായ കവിത എഴുതിയതുകൊണ്ടാണ്. മഹത്തായ കവിത സ്വന്തം കാലത്തിന്റെ കവിത മാത്രമല്ല, വരും കാലത്തിന്റെ കവിതകൂടിയാണ്; ഭൂതകാലത്തെ വിമർശനാത്മകമായി തിരിച്ചറിയാനുള്ള പുതു കാഴ്ച നല്കും; അത് വർത്തമാനകാലത്തിന്റെ ഉദ്വേഗങ്ങളെ ആവിഷ്കരിക്കും; സമൂഹത്തിന് ഭാവിയിൽ സാക്ഷാൽക്കരിക്കാനുള്ള സ്വപ്നങ്ങൾ നല്കും; ഭാവിയെ രൂപപ്പെടുത്താനുള്ള ചലനോർജ്ജം പ്രദാനം ചെയ്യും. കുമാരനാശാന്റെ പ്രധാനപ്പെട്ട കവിതകൾക്കെല്ലാം ഒരു തരത്തിലല്ലെങ്കിൽ മറ്റൊരു തരത്തിൽ ഈ സവിശേഷതകൾ ഉണ്ട്. അവ സ്വന്തം കാലത്തോടും വരും കാലത്തോടും സംവദിക്കുന്നവയാണ്.

ഇന്ത്യൻ സമൂഹത്തിൽ പത്തൊൻപതാം നൂറ്റാണ്ടോടെ ആധുനികീകരണത്തിന്റെ ചനലങ്ങൾ ശക്തമായി. അത് ഭൗതികതലത്തിലും സാംസ്കാരിക തലത്തിലും ആദ്ധ്യാത്മികതലത്തിലും സംഭവിച്ചു. ഈ മേഖലകളൊക്കെ പാടെ വെള്ളം കടക്കാത്ത അറകളായിരുന്നില്ല. അതിന്റെ ഭാഗമായി കലാ സാഹിത്യരംഗങ്ങളിലെല്ലാം അടിസ്ഥാനപരമായ മാറ്റമുണ്ടായി. പരസ്പരം ഇണങ്ങിയും ഇടറിയും ചിതറിയും ഒക്കെ സംഭവിച്ചുകൊണ്ടിരുന്ന സങ്കീർണ്ണമായ പരിണാമപ്രക്രിയയുടെ ഭാഗമായിരുന്നു, ആ മാറ്റങ്ങൾ. സമൂഹത്തിലെ പലതരം സാഹചര്യങ്ങളെയും സമ്മർദ്ദങ്ങളെയും ചലനങ്ങളെയും ആഗിരണം ചെയ്തുകൊണ്ടാണ് കലാ സാഹിത്യ രംഗങ്ങളിലെ പരിവർത്തനങ്ങളുണ്ടായത്. ആ കാലത്തെ ഭൗതികവും സാംസ്കാരികവുമായ സാഹചര്യങ്ങളോടുള്ള പ്രതിപ്രവർത്തനത്തിലൂടെ രൂപംകൊണ്ട നവഭാവുകത്വം മലയാളത്തിൽ ഏറ്റവും സർഗ്ഗാത്മകമായി പ്രകാശിതമായത് കുമാരനാശാന്റെ രചനകളിലാണ്.

പ്രതിഭയും സാഹചര്യങ്ങളും തമ്മിലും പാരമ്പര്യവും ആധുനികതയും തമ്മിലുമുള്ള സംഘർഷ സമന്വയങ്ങളിലൂടെയാണ് അത് സംഭവിച്ചത്.

രണ്ട്

കുമാരനാശാൻ ജനിച്ചത് 1873 ൽ ആണ്. ആശാന്റെ കവിവ്യക്തിത്വത്തിന്റെ തനിമ തെളിഞ്ഞുകണ്ട, മലയാള സാഹിത്യത്തിന്റെ മുഖ്യധാരയിൽ അദ്ദേഹത്തിന് അംഗീകാരം നേടിക്കൊടുത്ത കാവ്യമായ *വീണപൂവി*ന്റെ രചന 1907 ൽ ആയിരുന്നു. ഇതിനിടയിലുള്ള മൂന്നര പതിറ്റാണ്ടോളം വരുന്ന കാലം ഇന്ത്യയുടെയും വിശേഷിച്ച് കേരളത്തിന്റെയും സാംസ്കാരിക ചരിത്രത്തിൽ വലിയ പരിവർത്തനമുണ്ടായ കാലമാണ്. കൊളോണിയൽ ആധുനികത ഇന്ത്യൻ സമൂഹത്തിൽ സംക്രമിച്ചെത്തുകയും ഇന്ത്യൻ സാംസ്കാരിക പാരമ്പര്യത്തിലെ ജീവൽഘടകങ്ങൾക്ക് പുതിയ ഉണർവ്വുണ്ടാകുകയും ചെയ്ത കാലമാണത്.

തീവണ്ടി, കമ്പിത്തപാൽ, നവീനവ്യവസായങ്ങൾ തുടങ്ങിയ ഭൗതികോപാധികളും ഇംഗ്ലീഷ് വിദ്യാഭ്യാസം, പത്രമാസികാ പ്രസിദ്ധീകരണം, പുസ്തകപ്രസാധനം തുടങ്ങിയ സാംസ്കാരികോപാധികളുമെല്ലാം ചേർന്നുണ്ടാക്കിയ ജീവിതപരിവർത്തനം ഒരു പുതിയ ലോകവും ഒരു പുതിയ സമൂഹവും രൂപപ്പെടാനുള്ള അന്തരീക്ഷം തുറന്നു. ഫ്യൂഡൽ ജീവിതക്രമം ജാതിശ്രേണിയുടെ അടിസ്ഥാനത്തിൽ സമൂഹത്തിൽ നിലനിറുത്തിയിരുന്ന വിഭജനത്തിന്റെ ദാർഢ്യം കുറഞ്ഞുവന്നു; വിശേഷിച്ചും ബ്രിട്ടീഷ് ഭരണപ്രദേശമായ മലബാറിൽ. ഇതെല്ലാം ചേർന്നുവന്ന സാഹചര്യത്തിൽ സമൂഹത്തിലെ പല വിതാനങ്ങളിലും പെട്ട മനുഷ്യർക്ക് ഏറിയോ കുറഞ്ഞോ പങ്കാളിത്തമുള്ള പൊതുമണ്ഡലം രൂപപ്പെട്ടു. ഈ തരത്തിലുള്ള പരിവർത്തനം ഒരു സങ്കീർണ്ണപ്രക്രിയയായിരുന്നു. പാശ്ചാത്യവല്ക്കരണത്തിന്റെ പ്രഭാവം ചില അംശങ്ങളിൽ പ്രബലമായിരുന്നെങ്കിലും നമ്മുടെ തനതുവിജ്ഞാനങ്ങൾക്കും സാംസ്കാരിക സമ്പത്തിനും കാലോചിതമായ നവോർജ്ജം ലഭിച്ചു. അന്നോളം സമൂഹത്തിൽ നാവു ലഭിക്കാതിരുന്ന ജനവിഭാഗങ്ങൾക്ക് അവരുടെ വൈകാരികോദ്വേഗങ്ങൾ ആവിഷ്കരിക്കാൻ അവസരം ലഭിച്ചുതുടങ്ങി.

ബഹുമുഖവും ബഹുസ്വരവുമായ സാമൂഹിക വികാസമായാണ് കേരളത്തിൽ നവോത്ഥാന പ്രക്രിയ നടന്നത്. പാശ്ചാത്യ വിദ്യാഭ്യാസത്തിന്റെ പ്രചാരവും ബ്രിട്ടീഷ് ഭരണത്തോടു ബന്ധപ്പെട്ടു ലഭിച്ച കാഴ്ചപ്പാടുകളും ഭൗതികസാഹചര്യ വികാസവും ഒരു ഘടകമായിരിക്കെത്തന്നെ, ഇടക്കാലത്തു പൊടിപിടിച്ചു കിടന്ന, ഇന്ത്യൻ സംസ്കാരത്തിന്റെ മൂല്യങ്ങളുടെയും വിജ്ഞാനങ്ങളുടെയും ഉയിർത്തെഴുന്നേല്പും ആ ഘട്ടത്തിൽ നടന്നു. ഇതിഹാസ പുരാണങ്ങളെയും ഇന്ത്യൻ ക്ലാസിക്കുകളെയും പുതിയ കാഴ്ചപ്പാടിൽ വിലയിരുത്തിയ കൃതികൾ ഉണ്ടായി. ആയുർവ്വേദം പോലെയുള്ള പരമ്പരാഗത വിജ്ഞാനങ്ങൾക്ക് പുതിയ

ഉണർവ്വുണ്ടായി. സംസ്കൃതത്തിനും മറ്റും ആധുനിക രീതിയിലുള്ള പഠനസമ്പ്രദായങ്ങൾ രൂപപ്പെട്ടു. ക്ലാസിക്കൽ കലകൾക്ക് പുതിയ കാല ത്തിനൊത്ത വികാസപരിണാമങ്ങളുണ്ടായി. അങ്ങനെ പാരമ്പര്യവും പുതുമയും തമ്മിലുള്ള സവിശേഷമായ ഒരു കൂടിക്കാഴ്ച ആ ഘട്ടത്തിൽ നടക്കുന്നു.

സദാചാര സങ്കല്പങ്ങൾക്കും സാമൂഹികമായ വിധിനിഷേധ ങ്ങൾക്കും മറ്റും വലിയ പരിവർത്തനമുണ്ടാകുന്നു. ഈ നിലയിൽ സമൂ ഹത്തിലുണ്ടായ മാറ്റങ്ങളിലൊന്ന് ആദ്ധ്യാത്മികതയെക്കുറിച്ചുള്ളതാണ്. ശ്രീനാരായണഗുരുവിനെപ്പോലെ പൊതുസ്വീകാര്യതയുള്ള ഒരു ആദ്ധ്യാ ത്മികാചാര്യൻ അവർണ്ണ സമൂഹത്തിൽ നിന്നുയർന്നുവന്നത്, ആ നവോ ത്ഥാനാന്തരീക്ഷത്തിലാണ്. ബ്രിട്ടീഷുകാരാണ് തനിക്ക് സന്ന്യാസം തന്നത് എന്ന അർത്ഥത്തിൽ ശ്രീനാരായണഗുരു പറഞ്ഞിട്ടുള്ളതായി ജീവചരിത്രകാരന്മാർ രേഖപ്പെടുത്തിയിട്ടുണ്ട്. അതിന്റെ അർത്ഥം, കൊളോണിയൽ ആധുനികതയുടെ നവോത്ഥാനാന്തരീക്ഷമാണ് അദ്ദേ ഹത്തിന് സന്ന്യാസിയെന്ന നിലയിൽ പൊതുസമൂഹത്തിൽ അംഗീകാരം ലഭിക്കാനുള്ള സാഹചര്യം രൂപപ്പെടുത്തിയത് എന്നാണ്.

ഈ രീതിയിലൊക്കെ രൂപപ്പെട്ട കേരളത്തിന്റെ സാമൂഹിക നവോ ത്ഥാനത്തിന്റെ കാതൽ, അന്നുവരെ ഉയർന്നുവന്നിട്ടില്ലാതിരുന്ന നവീന മായ ഒരു മാനവികതാ ബോധമായിരുന്നു. അത് ആദ്യമേ ശ്രമിച്ചത് ഇന്ത്യൻ ജീവിതത്തിൽ ആയിരക്കണക്കിനു വർഷങ്ങളായി തുടർന്നു പടർന്നുനിന്നിരുന്ന ജീർണ്ണമായ ജാതിവ്യവസ്ഥയെ ചോദ്യം ചെയ്യാനാണ്. സമുദായ പരിഷ്കരണമായിരുന്നു അതിന്റെ ആദ്യപടി. അവിടെ നിന്നും സാമൂഹിക നവോത്ഥാനത്തിലേക്ക് ചുവടുവയ്ക്കുകയായിരുന്നു അന്നത്തെ സാംസ്കാരികാന്തരീക്ഷം. ഈ അന്തരീക്ഷത്തെ വൈകാരി കമായും ധൈഷണികമായും ഉൾക്കൊണ്ടു വളർന്ന വ്യക്തിത്വമായിരുന്ന കുമാരനാശാനിൽ സർഗ്ഗാത്മകതയുടെ അനന്യമായ സിദ്ധിവിശേഷം സമൃദ്ധമായുണ്ടായിരുന്നതിനാൽ, ആ കാലത്തിന്റെ വൈകാരികോദ്വേ ഗങ്ങൾ മഹത്തായ കവിതകളായി പുറത്തുവന്നു.

മൂന്ന്

ചെറുപ്പത്തിൽത്തന്നെ ശ്രീനാരായണഗുരുവുമായി ബന്ധപ്പെടാൻ കുമാരനാശാനു കഴിഞ്ഞിരുന്നു. 1888 ൽ അരുവിപ്പുറം പ്രതിഷ്ഠ നട ത്തിയതോടെ ശ്രീനാരായണഗുരുവിന്റെ ആദ്ധ്യാത്മിക പ്രഭാവം സമൂ ഹത്തിൽ ചലനങ്ങളുണ്ടാക്കിത്തുടങ്ങി. വൈകാതെ, 1891 ലാകണം, കുമാ രനാശാന് ഗുരുവുമായി പരിചയത്തിലാകാൻ കഴിഞ്ഞു. 1893 മുതൽ അദ്ദേഹം സമർപ്പിതചേതസ്സായി ശ്രീനാരായണഗുരുവിനോടൊപ്പം അരു വിക്കരയിൽ അന്തേവാസിയായി. ആ യുവാവിൽ അന്തർലീനമായ ശേഷി കൾ തിരിച്ചറിഞ്ഞ ഗുരുദേവൻ, കുമാരുവിനെ ബാംഗ്ലൂരിലേക്ക് കൂട്ടിക്കൊ

ണ്ടുപോകുകയും സംസ്കൃതത്തിൽ ഉന്നതവിദ്യാഭ്യാസം നേടാനുള്ള ക്രമീകരണം നടത്താൻ ഡോ. പല്പുവിനെ ചുമതലപ്പെടുത്തുകയും ചെയ്തു. തുടർന്ന് അഞ്ചു വർഷത്തോളം കുമാരനാശാൻ കേരളത്തിനു പുറത്തായിരുന്നു. ആദ്യത്തെ രണ്ടു വർഷം ബാംഗ്ലൂരിലും പിന്നീടൊരാറുമാസം മദിരാശിയിലും തുടർന്നുള്ള രണ്ടു വർഷം കൽക്കത്തയിലും വിദ്യാഭ്യാസാർത്ഥം കഴിച്ചുകൂട്ടി. ഈ പ്രവാസകാലത്തെ അനുഭവങ്ങളിൽ അതതു പ്രദേശങ്ങളിൽ അക്കാലത്ത് ശക്തമായി പ്രചരിച്ചിരുന്ന നവോത്ഥാനാന്തരീക്ഷത്തിന്റെ ആഗിരണവും ഉൾപ്പെടുന്നു. വിശേഷിച്ചും ഇന്ത്യൻ നവോത്ഥാനത്തിന്റെ പ്രഭവസ്ഥാനം എന്നു കരുതാവുന്ന കൽക്കത്തയിൽ കഴിച്ചുകൂട്ടിയ 1898 – 1900 കാലം വളരെ പ്രധാനമായിരുന്നു. രാജാറാം മോഹൻ റോയി മുതൽ വിവേകാനന്ദൻ വരെയുള്ള നവോത്ഥാന നായകന്മാരുടെ ആശയങ്ങളും പ്രവർത്തനങ്ങളും സമൂഹത്തെ ഉത്തേജിപ്പിക്കുകയും പരിവർത്തിപ്പിക്കുകയും ചെയ്തതിന്റെ ഊഷ്മളാന്തരീക്ഷം ഉൾക്കൊള്ളാൻ അവിടെ വച്ച് കുമാരനാശാനു കഴിഞ്ഞിരിക്കണം.

തിരിച്ച് നാട്ടിലെത്തിയ കുമാരനാശാൻ ശ്രീനാരായണ ഗുരുവിന്റെ സാമൂഹിക നവോത്ഥാന പ്രവർത്തനങ്ങളിൽ ഭാഗഭാക്കാകുന്നു. 1903 ൽ ശ്രീനാരായണ ധർമ്മപരിപാലനയോഗം സംസ്ഥാപിതമായപ്പോൾ അതിന്റെ കാര്യദർശിയായി കുമാരനാശാൻ നിയോഗിക്കപ്പെട്ടു. പിന്നീട് പതിനഞ്ചു കൊല്ലം ആ പ്രസ്ഥാനത്തിന്റെ സംഘാടനവും കാര്യനിർവ്വഹണവും എന്ന ഭാരിച്ച ഉത്തരവാദിത്വം കുമാരനാശാൻ സമർപ്പിത ചേതസായി നിർവഹിച്ചു. ഒപ്പം സജീവമായ പൊതുജീവിതവും കാവ്യജീവിതവും നയിച്ചുകൊണ്ട് അദ്ദേഹം കേരളത്തിന്റെ സാമൂഹിക നവോത്ഥാന പ്രക്രിയയിൽ ബഹുമുഖമായ പങ്കാളിത്തം വഹിച്ചു.

നാല്

കർമ്മനിരതവും ചടുലവുമായ പൊതുജീവിതത്തിന് സമാന്തരമായാണ് കുമാരനാശാന്റെ കാവ്യജീവിതം പൂത്തുലയുന്നത്. ആശാന്റെ സവിശേഷമായ സാമൂഹികദർശനം കവിതയിൽ രണ്ടുരീതിയിൽ പ്രവർത്തിക്കുന്നുണ്ട്. സാമൂഹികമായ അസമത്വത്തെ നേരിട്ടനുഭവിച്ച ഒരാൾ, അത് ഇല്ലായ്മ ചെയ്യുവാനുള്ള സംഘടിത പ്രവർത്തനത്തിന്റെ അമരക്കാരിലൊരാൾ എന്ന നിലയിൽ, തത്സംബന്ധമായ ആശയങ്ങളും നിലപാടുകളും പ്രതിഷേധങ്ങളും പ്രകടമായി പ്രതിപാദിക്കുന്ന കവിതകൾ ആശാൻ എഴുതി. പ്രത്യക്ഷതലത്തിലുള്ള പ്രതിരോധരാഷ്ട്രീയം കൈകാര്യം ചെയ്യുന്ന കവിതകൾ, പക്ഷേ, എണ്ണത്തിൽ കുറവാണ്. *ദുരവസ്ഥ, ചണ്ഡാലഭിക്ഷുകി* എന്നീ ഖണ്ഡകാവ്യങ്ങളും 'ഒരു പാട്ട്', 'ഒരു തിയ്യക്കുട്ടിയുടെ വിചാരം', 'ഒരു ദൂഷിതമായ ന്യായാസനം', 'സിംഹനാദം' തുടങ്ങിയ ലഘുകവിതകളുമാണ് ആ ഗണത്തിൽപ്പെടുന്നത്.

അതിലുപരി ആശാന്റെ പ്രമുഖ കൃതികളിലെല്ലാം പടർന്നുകിടക്കുന്ന ഒരു സാമൂഹികദർശനമുണ്ട്. മനുഷ്യർക്ക് വിലക്കുകളില്ലാതെ സ്നേഹിക്കാൻ കഴിയുന്ന ജീവിതാന്തരീക്ഷത്തെയാണ് ആ രചനകളിൽ ആശാൻ വിഭാവനം ചെയ്യുന്നത്. മനുഷ്യവിമോചനത്തിന്റെ ഏറ്റവും ഉയർന്ന വിതാനത്തെ സാക്ഷാൽക്കരിക്കാനാണ് ആ കാവ്യങ്ങളിലെ കേന്ദ്രകഥാപാത്രങ്ങൾ ശ്രമിക്കുന്നത്. സാമൂഹികമായ തിരസ്കാരങ്ങളും നിഷേധങ്ങളുമില്ലാത്ത, ഭയത്തിന്റെ ചിറകടി പോലും കേൾക്കാത്ത ഒരു പ്രകാശലോകത്തെ സാക്ഷാൽക്കരിക്കാനാണ് ആ കൃതികളിലെ മുഖ്യകഥാപാത്രങ്ങൾ ശ്രമിക്കുന്നത്. ആദ്യഗണത്തിൽപ്പെട്ട, പ്രത്യക്ഷതലത്തിലുള്ള സാമൂഹികാസ്വാതന്ത്ര്യങ്ങളോട് മല്ലടിക്കുന്ന രചനകളിലെ പ്രമേയത്തിന്റെ കുറച്ചുകൂടി ഉയർന്ന തലത്തിലുള്ള ആവിഷ്കാരമാണ് *നളിനി, ലീല, ചിന്താവിഷ്ടയായ സീത, കരുണ* തുടങ്ങിയ കാവ്യങ്ങളിൽ കാണുന്നത്. *ചിന്താവിഷ്ടയായ സീത*യിൽ ആശാൻ കൈകാര്യം ചെയ്യുന്ന പ്രമേയം, സ്ത്രീപുരുഷബന്ധങ്ങളിൽ അധികാരം പ്രവർത്തിക്കുന്നതിന്റെ വ്യത്യസ്ത മാനങ്ങളിലുള്ള സൂക്ഷ്മരാഷ്ട്രീയമാണ്. അത് മലയാളത്തിൽ മുൻപ് കണ്ടിട്ടില്ലാത്ത വിധത്തിൽ സാമൂഹികവും രാഷ്ട്രീയവും ലിംഗനീതിപരവുമായ ചോദ്യങ്ങൾ സ്ത്രീപക്ഷത്തു നിന്നുയർത്തുന്നു. അത്തരം പ്രമേയങ്ങൾ കൈകാര്യം ചെയ്യുന്ന കൃതികൾ പലപ്പോഴും ബഹിർഭാഗസ്ഥമായ നിലയിലാവും അത് നിർവ്വഹിക്കുക. എന്നാൽ ഈ പ്രമേയം ഓരോ സൂക്ഷ്മസിരയിലും നിലീനമായിട്ടുള്ള രചനയാണ് *ചിന്താവിഷ്ടയായ സീത*.

അഞ്ച്

സ്ത്രീക്ക് സ്വതന്ത്രവ്യക്തിത്വം അംഗീകരിച്ചു കൊടുക്കാതിരുന്ന ഒരു കാലഘട്ടത്തിൽ സ്ത്രീയുടെ വ്യക്തിത്വം, സ്വാതന്ത്ര്യം, അഭിമാനം തുടങ്ങിയവയെ പ്രമേയമാക്കി കുമാരനാശാൻ കവിതയെഴുതി. കുമാരനാശാന്റെ പ്രമുഖകാവ്യങ്ങളെല്ലാം സ്ത്രീകേന്ദ്രിതമാണ്. ആശാന്റെ സാഹിത്യവ്യക്തിത്വത്തിന്റെ അടിസ്ഥാനസ്വഭാവങ്ങൾ ആദ്യം വെളിവാകുന്ന *വീണപൂവ്* എന്ന ലഘുകാവ്യംതന്നെ പൂവിനെ സ്ത്രീയായി സങ്കല്പിച്ചുകൊണ്ടുള്ളതാണ്. മലയാള കവിതാരംഗത്ത് കുമാരനാശാന് നിത്യയശ്ശസ് നേടിക്കൊടുത്ത *നളിനി, ലീല, ചിന്താവിഷ്ടയായ സീത, ദുരവസ്ഥ, ചണ്ഡാലഭിക്ഷുകി, കരുണ* എന്നിവയെല്ലാം സ്ത്രീയെ കേന്ദ്രസ്ഥാനത്തു നിറുത്തുന്ന കവിതകളാണ്. പ്രമുഖ കൃതികളിൽ *പ്രരോദനം* എന്ന വിലാപകാവ്യം മാത്രമേ ഇതിൽനിന്നു വ്യത്യസ്തമായുള്ളൂ.

ഈ കൃതികളിൽ സ്ത്രീയുടെ പുരുഷോന്മുഖമായ സ്നേഹത്തെയാണ് പലപാകത്തിൽ പ്രമേയമാക്കിയിട്ടുള്ളത്. ആ സ്നേഹസമർപ്പണത്തിൽ അവൾ പ്രകടമാക്കുന്ന സ്വാതന്ത്ര്യം, വ്യവസ്ഥാലംഘനം, ആത്മാർത്ഥത എന്നിവയെല്ലാം ഓരോ കാവ്യത്തിലും വ്യത്യസ്തരീതി

യിൽ ആവിഷ്കരിക്കപ്പെടുന്നുണ്ട്. രചനകളിൽ പൊതുവിൽ സ്ത്രീപുരുഷ പ്രണയമാണ് പ്രമേയമെങ്കിലും ഓരോന്നിലും വ്യത്യസ്തമായ സമീപനമാണുള്ളത്. *നളിനി*യിലും *ലീല*യിലും *ദുരവസ്ഥ*യിലും *ചണ്ഡാലഭിക്ഷുകി*യിലും *കരുണ*യിലും കാണുന്നതിൽനിന്ന് വ്യത്യസ്തമായി ദാമ്പത്യപ്രണയം പ്രമേയമാക്കുന്ന കൃതി *ചിന്താവിഷ്ടയായ സീത*യാണ്. സ്ത്രീജീവിതത്തിലെ ഏറ്റവും സംഘർഷഭരിതവും നിർണ്ണായകവും എന്നാൽ ജീവിതത്തെ സാർത്ഥകമാക്കുന്നതുമായ ദാമ്പത്യാനുഭവങ്ങൾ ഉള്ള നായിക, ആശാൻ കൃതികളിൽ *ചിന്താവിഷ്ടയായ സീത*യിലാണുള്ളത്. സ്ത്രീജീവിതം ദാമ്പത്യത്തിലേക്ക് പ്രവേശിക്കുന്നതോടെ അതിന്റെ പരീക്ഷണ ഘട്ടത്തിലേക്കു കടക്കുകയാണ്. തന്റെ അഭിരുചികൾ, താല്പര്യങ്ങൾ, ശീലങ്ങൾ, ജീവിതസമീപനം ഇതൊക്കെ മറ്റൊരാളുടേതുമായി സംഘർഷപ്പെടുകയോ സമന്വയിക്കപ്പെടുകയോ ചെയ്യുന്നു ദാമ്പത്യത്തിൽ. ഇന്ത്യൻ പാരമ്പര്യത്തിൽ അത് കേവലം രണ്ടു വ്യക്തികൾ തമ്മിലുള്ള ബന്ധം മാത്രമല്ല. അതിനപ്പുറം രണ്ടു കുടുംബങ്ങൾ തമ്മിലുള്ള ബന്ധമാണ്. ഒരു രാജകുമാരിയും രാജകുമാരനും തമ്മിലുള്ള വിവാഹമാകുമ്പോൾ അത് രണ്ടു രാജ്യങ്ങൾ തമ്മിൽ, രണ്ടു സംസ്കാരങ്ങൾ തമ്മിലുള്ള കൂടിച്ചേരലാണത്. അവിടെയും സംഘർഷസമന്വയങ്ങൾ സംഭവിക്കുന്നു.

ഈ വിഷയത്തിൽ ഇന്ത്യൻ പാരമ്പര്യം, സ്ത്രീയുടെ ഭാഗത്തുനിന്നുള്ള പൂർണ്ണമായ കീഴടങ്ങലാണ് ആദർശമായി കാണുന്നത്. വിവാഹത്തോടെ സ്വന്തം വീടും ജീവിതസാഹചര്യങ്ങളും സ്വജനങ്ങളും ഒക്കെ വിട്ട് അന്യമായ ഒന്നിലേക്ക് അവളുടെ ജീവിതം പുനഃക്രമീകരിക്കപ്പെടുകയാണ്. പ്രശസ്തമായ ഒരു രൂപകമുണ്ട്, ഇന്ത്യൻ സാഹിത്യത്തിൽ– തേന്മാവും മുല്ലവള്ളിയും. തേന്മാവ് വേരുറപ്പിച്ചുനില്ക്കുന്ന ഒരു ദൃഢവൃക്ഷമാണ്. മുല്ലവള്ളി അതിലേക്ക് പടർന്നേറുന്ന തരളലതയാണ്. മുല്ലവള്ളിക്കുവേണ്ടി തേന്മാവ് ചാഞ്ഞുകൊടുക്കുകയോ പാകപ്പെട്ടുകൊടുക്കുകയോ ചെയ്യുകയില്ല, മുല്ലവള്ളി പറ്റിപ്പിടിച്ചു കയറിക്കൊള്ളണം.

ഒരു സ്ത്രീ രാജാവിന്റെ പത്നിയാകുന്നതോടെ, കാര്യങ്ങൾ അതിലും സങ്കീർണ്ണമാവുകയാണ്. പലപ്പോഴും രാഷ്ട്രതന്ത്രത്തിന്റെ കരുവായി ഉപയോഗിക്കപ്പെടുന്ന സ്ഥിതി രാജകീയ വിവാഹങ്ങളിൽ സ്ത്രീജീവിതത്തിൽ സംഭവിക്കുന്നു. *രാമായണ*ത്തിൽത്തന്നെ അത് വ്യക്തമാകുന്ന നിരവധി സന്ദർഭങ്ങളുണ്ട്. ഭർത്താവും ഭാര്യയും തമ്മിലുള്ള ബന്ധം പോലും രാഷ്ട്രതന്ത്രത്തിന്റെ ഉപാധിയായിത്തീരുകയും ഭാര്യ അതിൽ കേവലം ഉപകരണത്തിന്റെ സ്ഥിതിയിലേക്ക് അന്യവല്ക്കരിക്കപ്പെടുകയും ചെയ്യുന്നു. ഈ പ്രശ്നങ്ങളെല്ലാം, ആത്യന്തികമായി സ്ത്രീയുടെ സ്വത്വം, സ്വാതന്ത്ര്യം, സദാചാരം, സ്നേഹം എന്നിവയെയെല്ലാം പരീക്ഷണവിധേയമാക്കുന്നു. അവയുടെ സ്വാഭാവികമായ വികാസത്തിനും സ്വച്ഛന്ദമായ വ്യവഹാരത്തിനും കഴിയാതെ സ്വത്വപ്രതിസന്ധിയിൽ സ്ത്രീ എത്തുന്നു. അത്തരം അവസ്ഥകൾ അതിതീക്ഷ്ണമായി അനുഭ

വിച്ച സ്ത്രീയാണ് സീത. താൻ പ്രാണനുതുല്യം സ്നേഹിക്കുകയും തന്റെ ജീവിതം പൂർണ്ണമായി സമർപ്പിക്കുകയും ചെയ്ത ഭർത്താവ്, അപ്ര തീക്ഷിതമായി തിരസ്കരിച്ചതിന്റെ വേദന, ജീവിതത്തിൽ അതിനു മുമ്പ് അനുഭവിച്ച യാതനകളേക്കാൾ എത്രയോ തീക്ഷ്ണതരമായിരുന്നു. കാലം ആ പൊള്ളലിന്റെ തീക്ഷ്ണതയ്ക്ക് ശമനം നല്കിയെങ്കിലും ആത്യന്തികമായ ഒരു സന്ദർഭത്തിൽ, വീണ്ടും ആ അനുഭവങ്ങൾ മന സ്സിൽ ഉയർന്നുവന്ന ഘട്ടത്തിൽ ദാമ്പത്യത്തെക്കുറിച്ച്, സ്ത്രീയും പുരു ഷനും തമ്മിലുള്ള ബന്ധത്തിൽ പുലരുന്ന അധികാര സ്വരൂപത്തെക്കു റിച്ച് സീതയുടെ ഉള്ളിൽനിന്ന് സ്വാഭാവികമായി ഉയർന്നുവന്ന ചിന്തകളെ കാവ്യോചിതമായി ആവിഷ്കരിക്കുകയാണ് *ചിന്താവിഷ്ടയായ സീത*യിൽ ആശാൻ.

ആറ്

ചിന്താവിഷ്ടയായ സീത എന്ന കാവ്യത്തെക്കുറിച്ചുള്ള പഠനങ്ങളിലും ചർച്ചകളിലുമൊക്കെ ഒരു കാലത്ത് അതിപ്രധാനമായിരുന്ന ഘടകം കുമാരനാശാന്റെ സീത, വാല്മീകിയുടെ സീത തന്നെയാണോ എന്ന തായിരുന്നു. വാല്മീകിയുടെ സീതയാണെങ്കിൽ *വാല്മീകിരാമായണ* ത്തിലെ സീതയുടെ സ്വഭാവവൈശിഷ്ട്യം, മൂല്യബോധം തുടങ്ങിയ കാര്യ ങ്ങൾ, സീതയെ കഥാപാത്രമാക്കി മറ്റു എഴുത്തുകാർ രചിക്കുന്ന കൃതി കളിൽ പ്രകടമാകുന്നുണ്ടോ എന്നത് അക്കാലത്തെ പ്രമുഖമായ ഒരു ചോദ്യമായിരുന്നു.

എന്നാൽ ഇന്ന് ആ ചോദ്യം പ്രസക്തമല്ലാതായിത്തീർന്നിരിക്കുന്നു. ഒരു കൃതിയിൽ അവതരിപ്പിക്കപ്പെടുന്ന കഥാപാത്രം, അല്ലെങ്കിൽ കൃതി തന്നെയും വായനക്കാരിൽ വിഭിന്നപ്രതീതികളാണുളവാക്കുക. രാവ ണനെ വീരനായകനായും കുലോത്ഥാപകനായും വായിക്കാം. മറിച്ച് പ്രതിനായകത്വത്തിന്റെ മൂർത്തിയായും വായിക്കാം. അതിന് സാദ്ധ്യത നല്കുന്ന ഒരു അടിസ്ഥാനവിഭവം മാത്രമാണ്, ഒരു കഥാപാത്രം, അല്ലെ ങ്കിൽ ഒരു കഥാസന്ദർഭം.

പില്ക്കാലത്ത് എഴുത്തുകാരോരുത്തരും തങ്ങളുടെ വീക്ഷണത്തി ന്റെയും വിജ്ഞാനത്തിന്റെയും അനുഭവത്തിന്റെയും ഭാവുകത്വ ത്തിന്റെയും മറ്റും അടിസ്ഥാനത്തിൽ രചനാസിദ്ധിയുടെ ഏറ്റക്കുറച്ചിൽ അനുസരിച്ച് ഇതിഹാസ കഥകളെയും കഥാപാത്രങ്ങളെയും പുനഃസൃ ഷ്ടിക്കുകയാണ് ചെയ്തത്. അതുകൊണ്ട് രാമായണോപജീവികളായ പില്ക്കാല കൃതികളിൽ എത്രകണ്ട് *വാല്മീകിരാമായണ*ത്തെ അതേ നിലയിൽ പിന്തുടർന്നിരിക്കുന്നു എന്നന്വേഷിക്കുന്ന രീതി അപ്രസക്ത മായിത്തീർന്നു. ഒരു കൃതി ഒരു ലക്ഷം പേർ വായിച്ചാൽ ഒരു ലക്ഷം പ്രതീതികളാണ് അതത് വായനക്കാരുടെ ഉള്ളിൽ ഉണ്ടാകുന്നത്. ഒരാൾത്തന്നെ പല സന്ദർഭങ്ങളിൽ ഒരേ കൃതി വായിക്കുമ്പോൾ വായ

നാനുഭവത്തിന്റെ സ്വഭാവം മാറും.

സീത എന്ന കഥാപാത്രം ഇന്ത്യൻ മനസ്സിൽ പതിഞ്ഞുകിടക്കുന്ന ഒരു അടിസ്ഥാന പ്രരൂപമാണ്. ഇന്ത്യൻ സ്ത്രീയുടെ, ആദർശമുഖമാണതിലുള്ളത്. സഹനത്തിന്റെയും ദുഃഖത്തിന്റെയും ആത്മസമർപ്പണത്തിന്റെയും ഭർത്തൃഭക്തിയുടെയും ആൾരൂപമെന്ന നിലയിൽ ഉള്ള ഒരു സങ്കല്പം സീതയെക്കുറിച്ച് സാമാന്യേനയുണ്ട്.

ഈ സങ്കല്പത്തിൽനിന്ന് ഭിന്നമായി രാമനെ വിമർശനാത്മകമായി സമീപിക്കുന്ന സീതയാണ് ആശാന്റെ സീതാഖ്യാനത്തിലുള്ളത്. അതുവരെ നിലനിന്നുവന്നിരുന്ന രാമായണോപജീവികളായ കൃതികളുടെ സമീപനത്തിൽനിന്നു ഭിന്നമാണത്. നാടോടിപാരമ്പര്യത്തിൽ വ്യത്യസ്തമായ നിലയിൽ രാമനെയും സീതയെയും മറ്റും കാണാനുള്ള ഒരു പ്രവണത നിലനില്ക്കുന്നുണ്ട് എന്നു മറക്കുന്നില്ല.

ഏഴ്

സ്നേഹം എന്ന മൂല്യത്തെക്കുറിച്ച്, സ്ത്രീപുരുഷപ്രണയം എന്ന വികാരത്തിന്റെ ഭാവവൈവിദ്ധ്യങ്ങളെക്കുറിച്ച് തന്റെ ദർശനം കാവ്യോചിതമായി അവതരിപ്പിക്കുവാൻ കുമാരനാശാൻ സ്വീകരിച്ചത് കൽപിത കഥാപാത്രങ്ങളെയാണ്. *നളിനി, ലീല, വീണപൂവ്* തുടങ്ങിയ കാവ്യങ്ങളിൽ അങ്ങനെയാണ് ചെയ്തിട്ടുള്ളത്. എന്നാൽ അതേ പ്രമേയത്തിന്റെ രാഷ്ട്രീയവും സാമൂഹികവുമായ മാനങ്ങളെ പ്രശ്നവല്ക്കരിക്കുന്ന കൃതികളിൽ പൂർവ്വസംസ്കാരത്തിൽനിന്നുള്ള കഥാപാത്രങ്ങളെ സ്വീകരിക്കുന്നു.

സ്ത്രീയുടെ സ്വത്വാഭിമാനത്തെ പ്രമേയമാക്കുന്ന കാവ്യത്തിൽ, പുരുഷാധിപത്യത്തിനെതിരെയുള്ള സ്ത്രീയുടെ പ്രതിരോധചിന്തയെ ആവിഷ്കരിക്കുന്ന രചനയിൽ എന്തുകൊണ്ട് കുമാരനാശാൻ ഒരു കല്പിത കഥാപാത്രത്തിലൂടെ അത് നിർവ്വഹിച്ചില്ല? കുമാരനാശാൻ സീതയിലൂടെ ചോദ്യം ചെയ്തിരുന്നത് അതിദീർഘകാലമായി ഇന്ത്യൻ സമൂഹത്തിൽ നിലനിന്നിരുന്ന ഒരു ആധിപത്യ സംവിധാനത്തെയാണ്. സാമൂഹികവും സാംസ്കാരികവുമായ വ്യവഹാരങ്ങളിൽ ഉറഞ്ഞുകൂടിനിന്നിരുന്ന പുരുഷാധിപത്യപരമായ നിലപാടിനെയാണ് ആശാൻ ചോദ്യം ചെയ്തത്. ആ ചോദ്യം ചെയ്യലിനുള്ള ഉപാധിയായി ഇന്ത്യൻ മനസ്സിൽ ഗാഢമായി പതിഞ്ഞ ഒരു കഥാപാത്രം തന്നെ വേണ്ടിയിരുന്നു. സീതയോളം ആ നിലയിൽ ആദർശാത്മകമായി ഇന്ത്യൻ മനസ്സിൽ പതിഞ്ഞിരുന്ന ഒരു സ്ത്രീകഥാപാത്രമില്ല; യാതനാപർവ്വങ്ങളിലൂടെ കടന്നുപോയ മറ്റൊരു സഹനമൂർത്തിയില്ല. സീതയിലൂടെ ആ വിമർശനം അവതരിപ്പിക്കുമ്പോൾ ലഭിക്കുന്ന സ്ഫോടനാത്മകത മറ്റൊരു കഥാപാത്രത്തിലൂടെ അവതരിപ്പിച്ചാലും ലഭിക്കുമായിരുന്നില്ല. അത്രമാത്രം തീക്ഷ്ണമായിരുന്നു ആശാൻ അവതരിപ്പിച്ച പ്രമേയം.

*ചിന്താവിഷ്ടയായ സീത*യെക്കുറിച്ചുള്ള ആദ്യകാല വിമർശനങ്ങളിൽ ധാരാളമായി കണ്ടുവന്നിരുന്ന ചോദ്യം *രാമായണ*ത്തിലെ സീതയിൽനിന്ന് ആശാന്റെ സീത എങ്ങനെ വ്യത്യസ്തയായിരിക്കുന്നു എന്നതായിരുന്നു. വാല്മീകിയുടെ സീത ഇങ്ങനെ ചിന്തിക്കുമോ എന്ന പ്രശ്നമാണ് മിക്ക വരും ഉന്നയിച്ചത്. ആ വ്യത്യസ്തതയുടെ പേരിൽ ആശാനെ ഇകഴ്ത്തി യവരും പുകഴ്ത്തിയവരുമുണ്ട്. പക്ഷേ, ആശാൻ ബോധപൂർവ്വം നടത്തിയ ഒരു പ്രശ്നവല്ക്കരണമായിരുന്നു അത് എന്ന് പില്ക്കാലത്ത് കൂടുതൽ വ്യക്തമായി.

1914 ൽ രചനയാരംഭിച്ച്, 1919 ൽ പൂർത്തീകരിച്ച *ചിന്താവിഷ്ടയായ സീത*, മലയാള സാഹിത്യത്തിലെ തന്നെ ഒരു വഴിമാറി നടപ്പായിത്തീ രുന്നത് അതിലെ സീത ഉയർത്തുന്ന വിമർശനസ്വരത്തിലൂടെയാണ്. അത് സീത എന്ന കഥാപാത്രത്തിന്റെ ഇതിഹാസബന്ധിയായ സ്വത്വം കാരണമല്ല. മറിച്ച്, മലയാള സാഹിത്യത്തിൽ പുരുഷാധിപത്യത്തിനെ തിരെ വ്യക്തിത്വത്തോടെ ഉയർന്നുനിന്ന് ചോദ്യം ചോദിക്കുകയും വിമർശ നങ്ങൾ അവതരിപ്പിക്കുകയും ചെയ്യുന്ന സ്ത്രീയെ അവതരിപ്പിച്ചു എന്നതുകൊണ്ടു കൂടിയാണ്. അതാവട്ടെ രാമായണസീതയുടെ ഉന്നതവ്യക്തിത്വത്തിന് ഊനം തട്ടുന്ന വിധത്തിലല്ല ആശാൻ നിർവ്വഹി ച്ചിരിക്കുന്നത്. രാമായണസീത വെറും പാവയല്ല എന്നു വ്യക്തമാക്കുക യാണ് കുമാരകവിയുടെ സീത. “വെറും പാവയോയിവൾ” എന്ന് *ചിന്താ വിഷ്ടയായ സീത*യിലെ സീത ചോദിക്കുന്നുണ്ട്. അത്തരം ചോദ്യം ചെയ്യ ലുകളിലൂടെ പരമ്പരാഗതമായ രാമായണസങ്കല്പത്തിലെ സീതയിലും കവിഞ്ഞുനില്ക്കുന്ന സീതയായി, കുമാരകവിയുടെ സീത മാറുന്നു. സ്വന്തം കാലത്തിന്റെയല്ല, വരും കാലത്തിന്റെ സ്ത്രൈണചേതനയായി തന്റെ കാവ്യത്തിലെ സീതയുടെ മനസ്സിനെ കുമാരനാശാൻ പുടപാകം ചെയ്തെടുക്കുകയായിരുന്നു. അങ്ങനെ വർത്തമാനകാലത്തിന്റെ മാത്ര മല്ല വരുംകാലത്തിന്റെയും സീതയെ ആശാൻ *ചിന്താവിഷ്ടയായ സീത* യിൽ ജ്വലിപ്പിച്ചെടുത്തു. ഈ വിമർശനസ്വരത്തിന്, അതു മാത്രമായി നില്ക്കുന്ന സാഹചര്യത്തിൽ കേവലം ഒരു സാമൂഹിക വിമർശനരേഖ എന്ന പ്രാധാന്യമേ വരികയുള്ളൂ. എന്നാൽ അങ്ങനെയല്ലാതെ, കാവ്യോ ചിതമായ ഒരു ഘടനയിൽ ജൈവരൂപമാർന്നാണ് ആ വിമർശനങ്ങളും അത് പ്രകടിപ്പിക്കുന്ന കഥാപാത്രവും ജീവിതസന്ദർഭവും സ്ഥലപശ്ചാ ത്തലവുമെല്ലാം ഏകീകൃത ഫലപ്രതീതിയിൽ പ്രവർത്തിക്കുന്നത്. ആ ജൈവസമഗ്രതയാണ് *ചിന്താവിഷ്ടയായ സീത*യെ അനന്യതയുള്ള നിസ്തുലകാവ്യമായി മാറ്റുന്നത്.

എട്ട്

നൂറ്റാണ്ടുകളായി ഇന്ത്യൻ ജീവിതത്തിൽ അഗാധമുദ്ര പതിപ്പിച്ച കൃതിയാണ് *രാമായണം*. ആദികാവ്യമായി കരുതപ്പെടുന്ന *വാല്മീകി*

*രാമായണ*ത്തിൽ മാത്രമല്ല രാമകഥ ആഖ്യാനം ചെയ്തിട്ടുള്ളത്. വാമൊഴിവഴക്കത്തിലുള്ള നാടോടി വാങ്മയങ്ങൾ മുതൽ മഹാകാവ്യങ്ങൾ വരെ അത് പടർന്നുകിടക്കുന്നു. വിശദാംശങ്ങളിൽ ഒരുപാട് വ്യത്യസ്തതയും വൈവിദ്ധ്യവും പ്രകടിപ്പിക്കുന്നതാണ് ആ രാമകഥാഖ്യാനങ്ങൾ

ശൈലികളും പഴഞ്ചൊല്ലുകളും നാടൻപാട്ടുകളും അടങ്ങുന്ന ലഘുപാരമ്പര്യ(Little Tradition) ത്തിൽപ്പെട്ട ആഖ്യാനങ്ങൾ മുതൽ നാടകങ്ങളും കാവ്യങ്ങളും മറ്റും ഉൾക്കൊള്ളുന്ന ബൃഹദ്പാരമ്പര്യ (Great Tradition) ത്തിന്റെ ഭാഗമായ കൃതികൾ വരെയുള്ള അതിവിപുലമായ രാമകഥാപാരമ്പര്യം ഇന്ത്യയിൽ മാത്രമല്ല, ഏഷ്യൻ രാജ്യങ്ങളിലും വ്യാപിച്ചു കിടക്കുന്നു. സംസ്കൃതത്തിൽ മാത്രമല്ല മിക്കവാറും ഏഷ്യൻ ഭാഷകളിലും രാമകഥാഖ്യാനങ്ങളുണ്ട്. കൂടാതെ രംഗകലകൾ, ചുമർച്ചിത്രങ്ങൾ, വിഗ്രഹങ്ങൾ, വാസ്തുനിർമ്മിതികൾ എന്നിങ്ങനെ *രാമായണ*ത്തെ അവലംബിച്ചുള്ള കലാനിർമ്മിതികൾ പല നാടുകളിൽ പല കാലങ്ങളിൽ പല രീതികളിൽ ഉണ്ടായിട്ടുണ്ട്. അതിനേക്കാൾ വിപുലമാണ് ഭൂപ്രദേശങ്ങളുമായി ബന്ധപ്പെട്ട പേരുകളിലും ഐതിഹ്യങ്ങളിലും കടന്നുവരുന്ന രാമായണമുദ്രകൾ. ഗ്രാമങ്ങൾ, നഗരങ്ങൾ, മലകൾ, നദികൾ, ജലസ്ഥാനങ്ങൾ തുടങ്ങിയവയുടെ പേരുകളിലും അവയോട് ബന്ധപ്പെട്ട വിശ്വാസങ്ങൾ, ആചാരങ്ങൾ, പലതരം കഥകൾ എന്നിവയിലുമൊക്കെ പല തരത്തിൽ രാമായണ സ്പർശം കാണാൻ കഴിയും. ഇങ്ങനെ ജനജീവിതത്തിന്റെ ഏതെല്ലാം തലങ്ങളിൽ എന്നു വേർതിരിച്ചു പറയാനാവാത്തവിധം വിപുലവും സങ്കീർണ്ണവുമാണ് ഇന്ത്യൻ ജീവിതത്തിൽ *രാമായണ*ത്തിന്റെ പ്രത്യക്ഷസാന്നിദ്ധ്യം. ഇന്ത്യയുടെ സാമൂഹിക ജീവിതത്തിലും സാംസ്കാരിക ജീവിതത്തിലും ആദ്ധ്യാത്മിക ജീവിതത്തിലും അഗാധവർത്തിയായി *രാമായണ*ത്തിന്റെ സ്വാധീനത പ്രവർത്തിക്കുന്നുണ്ട്. ഇന്ത്യൻ സമൂഹത്തിന്റെ വ്യക്തിബന്ധങ്ങളിലും കുടുംബബന്ധങ്ങളിലും സാമൂഹിക ഇടപെടലുകളിലും *രാമായണം* മാതൃകയായി നിലകൊള്ളുന്നു. ആ നിലയിൽ *രാമായണം* തന്നെ വലിയൊരു മൂല്യവ്യവസ്ഥയാണ്. ഇങ്ങനെയെല്ലാമുള്ള ഒരു ബൃഹദാഖ്യാനമായി (Grand Narrative) നിലകൊള്ളുന്ന *രാമായണ* പാരമ്പര്യം ഇന്ത്യൻ സാഹിത്യത്തെയും ജീവിതത്തെയും വ്യാപ്തിയിലും ആഴത്തിലും സ്വാധീനിച്ചിട്ടുണ്ട്.

ഈ മഹാപാരമ്പര്യത്തിന്റെ ഇങ്ങേത്തലയ്ക്കലാണ്, *രാമായണ*ത്തെയും രാമനെയും പ്രശ്നവല്ക്കരിക്കുന്ന *ചിന്താവിഷ്ടയായ സീത* കുമാരനാശാൻ എഴുതുന്നത്. കുമാരനാശാന്റെ പ്രിയപ്പെട്ട കാവ്യമായിരുന്നു *വാല്മീകിരാമായണം*. *വാല്മീകിരാമായണ*ത്തിന്റെ ആരണ്യകാണ്ഡം വരെയുള്ള ഭാഗങ്ങളുടെ ലളിതമനോഹരമായ പദ്യപുനരാഖ്യാനം *ബാലരാമായണം* എന്ന പേരിൽ കുമാരനാശാൻ പ്രസിദ്ധപ്പെടുത്തിയിട്ടുണ്ട്. ആശാൻ കവിതകളിൽ പലയിടത്തായി ചിതറിക്കിടക്കുന്ന *രാമായണ* സൂചനകളും ശ്രദ്ധേയമാണ്.

ഒൻപത്

കുമാരനാശാന്റെ പ്രധാന കാവ്യങ്ങളിൽ *പ്രരോദനം* ഒഴിച്ചെല്ലാം തന്നെ സ്ത്രീകേന്ദ്രിതമാണ്. *നളിനി, ലീല, ദുരവസ്ഥ, ചണ്ഡാലഭിക്ഷുകി, കരുണ* എന്നിവയെല്ലാം തന്നെ ആ രീതിയിലുള്ള ഇതിവൃത്തഘടനയും കഥാപാത്രസങ്കല്പനവും ഉള്ളവയാണ്. ആശാന്റെ കാവ്യവ്യക്തിത്വത്തിന്റെ വ്യതിരിക്തത ആദ്യം പ്രകാശിപ്പിച്ച *വീണപൂവി*ലെ പൂവ് തന്നെയും സ്ത്രീപ്രതിനിധാനം വഹിക്കുന്നതാണ്. ഈ കാവ്യങ്ങളിലെ നായികമാർ തങ്ങൾ ഉൾപ്പെട്ടുപോയിട്ടുള്ള വ്യവസ്ഥയുടെ ബന്ധനത്തിൽനിന്ന് ഭൗതികവും ആത്മീയവുമായ മോചനം കൊതിക്കുന്നവരാണ്; പ്രണയത്തിലൂടെ ആ മോചനം സാക്ഷാൽക്കരിക്കാനാണ് അവരുടെ ശ്രമം. അതിൽ സാമൂഹികവിമർശനപരമായ ജീവിത സന്ദർഭങ്ങളിൽ നില്ക്കുന്ന കഥാപാത്രങ്ങൾ *ചണ്ഡാലഭിക്ഷുകി*യിലെ മാതംഗിയും *ദുരവസ്ഥ*യിലെ സാവിത്രിയുമാണ്. മറ്റുള്ളവരുടെ ആന്തരിക സംഘർഷം ഏതാണ്ട് പൂർണ്ണമായും സ്ത്രീ- പുരുഷബന്ധത്തിന്റെ തലത്തിൽ പ്രവർത്തിക്കുന്നതാണ്. അവരുടെ ആന്തരിക ക്ഷോഭങ്ങളെ വിശദമായി ആവിഷ്കരിക്കാൻ ആശാൻ തുനിഞ്ഞിട്ടില്ല. അവ കുറെയൊക്കെ കഥാപാത്രങ്ങളുടെ സംഭാഷണങ്ങളിലൂടെയും കവിതയിലെ ഭാവവ്യഞ്ജകമായ ബിംബങ്ങളിലൂടെയും സൂചനകളിലൂടെയും രചനയിലെ അന്തരീക്ഷനിർമ്മിതിയിലൂടെയും മറ്റും സംവേദനം ചെയ്യാനാണ് കവി ശ്രമിച്ചിട്ടുള്ളത്. അതിൽനിന്ന് വ്യത്യസ്തമായ ഒരു വഴിയാണ് *ചിന്താവിഷ്ടയായ സീത*യിൽ കുമാരനാശാൻ പരീക്ഷിച്ചിട്ടുള്ളത്. കഥാപാത്രത്തിന്റെ മനോവൃത്തി ആവിഷ്കരിക്കുക എന്ന രീതിയാണത്. ബോധധാരാ പ്രവാഹം എന്നുതന്നെ - നിയന്ത്രിതമായ അർത്ഥത്തിൽ - പറയാവുന്ന ഒരു രചനാസങ്കേതമാണത്. അതുകൊണ്ട് സീതയുടെ മനോവൃത്തി അതിന്റെ ഭാവനിർഭരതയോടെ ആവിഷ്കരിക്കാൻ സീതാകാവ്യത്തിൽ കുമാരനാശാനു കഴിഞ്ഞു. ആ സങ്കേതത്തിന്റെ സാദ്ധ്യതകൊണ്ടാണ് പാരമ്പര്യബദ്ധതയുടെ ചട്ടക്കൂട്ടിൽ നില്ക്കുന്ന ഒരു സ്ത്രീ അനുഭവതീക്ഷ്ണതയുടെ ആന്തരശക്തിയോടെ പുരുഷാധിപത്യത്തെ വിമർശിക്കുന്നവളായി അതിൽ പ്രത്യക്ഷപ്പെട്ടത്. അത്തരമൊരു രചന അതിനു മുൻപോ പിൻപോ മലയാളത്തിലുണ്ടായിട്ടില്ല. പ്രമേയപരവും ഇതിവൃത്തപരവും ആയ സവിശേഷതയോടൊപ്പം ആവിഷ്കാരത്തിലെ അനന്യതയും ഭാവതീക്ഷ്ണതയും സാന്ദ്രതയുമാണ് *ചിന്താവിഷ്ടയായ സീത*യെ വ്യതിരിക്തമാക്കുന്നത്.

പാശ്ചാത്യനാടുകളിൽ പോലും ഇന്നു നാം അറിയുന്ന തരത്തിലുള്ള സ്ത്രീവാദചിന്തകൾ അല്പമാത്രമായി മാത്രം അങ്കുരിച്ചുവന്നിരുന്ന ഒരു കാലത്ത്, അതേക്കുറിച്ചൊന്നും അറിയാൻ സാദ്ധ്യതയില്ലാത്ത സാഹചര്യത്തിലാണ് കുമാരനാശാൻ ഈ കാവ്യം എഴുതുന്നത്. (ഇംഗ്ലീഷിൽ സാമാന്യപരിജ്ഞാനം നേടിയിരുന്ന കുമാരനാശാൻ 19-ാം നൂറ്റാണ്ടിലും

അതിനുമുമ്പും ഉണ്ടായിട്ടുള്ള ഇംഗ്ലീഷ് കാല്പനിക കവിതകൾ ചിലത് വായിച്ചുപഠിച്ചിരുന്നു എന്നത് വസ്തുതയാണ്. എന്നാൽ പാശ്ചാത്യ ചിന്താരംഗത്ത് അങ്കുരാവസ്ഥയിൽ നിന്നിരുന്ന സ്ത്രീവാദം പോലെയുള്ള പുതുപ്രവണതകളെ അദ്ദേഹം അറിഞ്ഞിരിക്കാൻ ഇടയില്ലെന്നാണ് തോന്നുന്നത്).

പത്ത്

രാമായണം ഏറെ രാഷ്ട്രീയാർത്ഥങ്ങളുള്ള ഒരു കൃതിയാണ്. ഇന്ത്യയുടെ ജീവിതത്തെ സ്വാധീനിച്ചുതുടങ്ങിയതിൽപ്പിന്നെ എന്നും അത് രാഷ്ട്രീയമാനങ്ങളുള്ളതായിത്തീർന്നു. രാമനും രാമകഥയുമൊക്കെ ആ നിലയിൽ രാഷ്ട്രീയോപകരണമായി പല കാലങ്ങളിൽ ഇന്ത്യയുടെ പല പ്രദേശങ്ങളിൽ പ്രയുക്തമായിട്ടുണ്ട്. ഇന്നും അത് പല പ്രകാരങ്ങളിൽ തുടർന്നുകൊണ്ടിരിക്കുന്നു. മിക്കപ്പോഴും അത് പ്രകടവും സ്ഥൂലവുമായ പ്രത്യക്ഷരാഷ്ട്രീയത്തെയാണ് മുന്നോട്ടുവച്ചിരുന്നത്. രാമായണോപജീവികളായ പല സാഹിത്യകൃതികളും ഇതര കലാസൃഷ്ടികളും ഈ നിലയിലുള്ള രാഷ്ട്രീയാന്തർഗ്ഗതങ്ങൾ പ്രകടിപ്പിച്ചിട്ടുണ്ട്.

എന്നാൽ *ചിന്താവിഷ്ടയായ സീത*, ഭിന്നമായ ഒരു രാഷ്ട്രീയസ്വരത്തെയാണ് ഉല്പാദിപ്പിക്കുന്നത്. അത് സ്ത്രീവാദപരം എന്ന് പില്ക്കാലത്ത് നിരീക്ഷിക്കപ്പെട്ട തരത്തിലുള്ള ഒരു സൂക്ഷ്മരാഷ്ട്രീയത്തിന്റെ സ്വരമാണ്. ശ്രീരാമനെ സീത വിമർശിക്കുമ്പോൾ ഇന്ത്യൻ സ്ത്രീമനസ്സ് ഇന്ത്യയുടെ പുരുഷാധിപത്യവ്യവസ്ഥയെ വിമർശിക്കുകയാണ്. ആ പുരുഷാധിപത്യമാകട്ടെ ഇന്ത്യൻ സാമൂഹിക വ്യവസ്ഥയുടെ സുദീർഘമായ യാഥാസ്ഥിതികത്വത്തെ പിന്തുടരുന്നതുമാണ്. *രാമായണ*ത്തിന്റെ അടിസ്ഥാനപാഠം പുരുഷാധിപത്യപരമാണ്. ആ പുരുഷാധിപത്യം ബ്രാഹ്മണാധിപത്യത്തിനു വിധേയവും ആണ്. അപ്പോഴും വൈയക്തികമായ ചില മേന്മകൾ പ്രകടമാക്കുന്നിടത്താണ് രാമൻ ആദർശപുരുഷനായി ആഘോഷിക്കപ്പെടുന്നത്. രാമൻ എന്ന ആദർശപുരുഷരൂപത്തെ മേൽച്ചൊന്ന ആധിപത്യവ്യവസ്ഥയുടെ ഉത്തമപ്രതിനിധിയായി ഉറപ്പിച്ചെടുക്കുന്നതിന്റെ ഭാഗമായി പില്ക്കാല *രാമായണ*പാഠങ്ങളിൽ രാമൻ വിഷ്ണുവിന്റെ അവതാരമായി ചിത്രീകരിക്കപ്പെട്ടു. *വാല്മീകിരാമായണ*ത്തിൽ മനുഷ്യനായ രാമനെയാണ് അവതരിപ്പിച്ചിട്ടുള്ളത്. എന്നാൽ എ ഡി പത്താം നൂറ്റാണ്ടാകുമ്പോഴേക്കും വിഷ്ണുവിന്റെ അവതാരമായി *അദ്ധ്യാത്മരാമായണ*ത്തിലെ രാമൻ ചിത്രീകരിക്കപ്പെടുന്നു.

രാമകഥയുടെ ഈ രീതിയിലുള്ള പരിണാമത്തിന്റെ പശ്ചാത്തലത്തിൽ വേണം, *ചിന്താവിഷ്ടയായ സീത*യിലെ ശ്രീരാമവിമർശനത്തെ കാണാൻ. മനുഷ്യൻ എന്ന നിലയിൽ തന്നെയാണ് *ചിന്താവിഷ്ടയായ സീത*യിലെ രാമനെ അവതരിപ്പിച്ചിട്ടുള്ളത്; അത് *വാല്മീകിരാമായണ*ത്തിലെ നായകസങ്കല്പത്തെ പിന്തുടർന്നുകൊണ്ടാണ്.

സ്ത്രീയുടെ നേരെ അപമര്യാദയായി പെരുമാറിയ ഏതെങ്കിലും ഒരു ഖലന്റെ നേരെയുള്ള എതിർപ്പല്ല സീതയുടെ സ്വരത്തിൽ കേൾക്കുന്നത്. ഇന്ത്യൻ മനസ്സിൽ ആദർശപുരുഷബിംബമായി പതിഞ്ഞിട്ടുള്ള ശ്രീരാമനു നേരെ, പൂർണ്ണാർത്ഥത്തിൽ സഹധർമ്മിണിയായിരുന്ന സീത ഉയർത്തുന്ന വിമർശനങ്ങളാണ്. ഇന്ത്യൻ പാരമ്പര്യത്തിന്റെ മൂല്യവ്യവസ്ഥയുടെ ആദർശപ്രതിനിധിയായി കരുതുന്ന പുരുഷനെ വിമർശിക്കുന്നതിലൂടെ ആ വ്യവസ്ഥയെത്തന്നെയാണ് സീത ചോദ്യം ചെയ്യുന്നത്. ഈ വിമർശനത്തിന് ആധാരം സ്ത്രീയെന്ന നിലയിൽ തനിക്ക് അനുഭവിക്കേണ്ടിവന്ന അപമാനമാണ്. സീത അർഹിക്കാത്ത ആ അപമാനത്തിന്റെ പേരിൽ ശ്രീരാമൻ കാട്ടിയ നീതികേടാണ് സീതയുടെ വിമർശനത്തിന് കാരണം.

പതിനൊന്ന്

സ്ത്രീയുടെ അഭിമാനം എന്നതാണ് *ചിന്താവിഷ്ടയായ സീത* എന്ന കാവ്യം മുന്നോട്ടുവയ്ക്കുന്ന പ്രത്യക്ഷപ്രമേയം. സമൂഹം സ്ത്രീയെ അവമതിക്കുന്നത് സദാചാരത്തിന്റെ പേരിലാണ്, എന്നും. പാരമ്പര്യഭാരം പേറുന്ന ഇന്ത്യൻ സമൂഹം എക്കാലത്തും അങ്ങനെയായിരുന്നു. വിവാഹിതയാകട്ടെ, അവിവാഹിതയാകട്ടെ, അവളുടെ ജീവിതത്തെ സമൂഹം എന്നും നിരീക്ഷിച്ചുകൊണ്ടിരിക്കുന്നു. സ്വതന്ത്രവ്യക്തിയെന്ന നിലയിലുള്ള അവളുടെ അസ്തിത്വത്തെ അംഗീകരിക്കാൻ സമൂഹം തയാറായിരുന്നില്ല. ചെറുപ്പത്തിൽ പിതാവിനും യൗവനത്തിൽ ഭർത്താവിനും വാർദ്ധക്യത്തിൽ പുത്രനും അടിമപ്പെട്ട ജീവിതമായിരിക്കണം സ്ത്രീയുടേത് എന്ന പ്രമാണം പുലർന്നിരുന്ന നാടാണിത്. എന്നുവച്ചാൽ പുരുഷാധികാരത്തിന്റെ വലക്കണ്ണികൾക്കുള്ളിലായിരുന്നു അവളുടെ ജീവിതം. എപ്പോഴെങ്കിലും പുരുഷാധികാരത്തിനു നേരെ പ്രതികരിക്കുന്ന നിലയിൽ സ്ത്രീ സ്വതന്ത്രയായി ഒരു ചുവടുവച്ചാൽ, സ്വതന്ത്രമായി ചിന്തിച്ചാൽ, സ്വാതന്ത്ര്യത്തോടെ ഒരു വാക്കുച്ചരിച്ചാൽ അവൾ തന്റേടിയും അഹങ്കാരിയുമായി മുദ്രകുത്തപ്പെടും, ചിലപ്പോൾ നിരാകൃതയും ഭ്രഷ്ടയുമായിത്തീരും.

താരതമ്യേന ആധുനികം എന്നു പറയാവുന്ന ഒരു കാലത്താണ് കുമാരനാശാൻ പുരുഷാധികാരത്തെ ചോദ്യം ചെയ്യുന്ന സീതയുടെ ചിന്തകൾ അവതരിപ്പിച്ചത്. എന്നിട്ടും ആ ചിന്ത സമൂഹത്തെ പൊള്ളിച്ചു; ഒരു നൂറ്റാണ്ടു കഴിഞ്ഞിട്ടും ഇന്നും പൊള്ളിച്ചുകൊണ്ടിരിക്കുന്നു. കാരണം, അപമാനത്തിന്റെ അഗ്നിയിൽ വെന്തുകൊണ്ട് സീത ഉള്ളു ചുട്ടു പറഞ്ഞ വാക്കുകളായിരുന്നു അവ. ഇന്ത്യൻ സ്ത്രീയുടെ ജീവിതസത്യം അതിൽ കനൽപോലെ ജ്വലിച്ചുകൊണ്ടിരിക്കുന്നു. *ഉത്തരരാമായണ കഥ* ശ്രദ്ധേയമാകുന്നത് സീതാപരിത്യാഗത്തിന്റെ വൈകാരികതകൊണ്ടാണ്. ആ കഥാഭാഗത്തിന് ശ്രീരാമനെ പ്രതിക്കൂട്ടിൽ നിർത്തുന്ന സ്വഭാവമുണ്ട്.

അതുകൊണ്ടാണ് രാമനെ ഈശ്വരാവതാരമായി കാണുന്ന രാമായണ പാഠങ്ങളിലൊക്കെ ആ കഥാഭാഗത്തെ വിട്ടുകളയുകയോ അപ്രധാനീക രിക്കുകയോ ചെയ്തിട്ടുള്ളത്. നാട്ടുകാരുടെ ഇടയിൽ സീതയെക്കുറിച്ച് അപവാദം പ്രചരിക്കുന്നു എന്ന ന്യായം പറഞ്ഞ്, ഗർഭിണിയായ സീത പഴയ വനവാസകാലത്തെ പ്രിയങ്കരങ്ങളായിരുന്ന കാനനസ്ഥലികൾ കാണാൻ ആഗ്രഹം പ്രകടിപ്പിച്ചതിനെ മറയാക്കി, കാട്ടിൽ കൊണ്ടുചെന്നു പേക്ഷിക്കാൻ ലക്ഷ്മണനെ നിയോഗിക്കുകയാണ് രാജാവായ രാമൻ. തിരസ്കൃതയായ സീതയെ തന്റെ ആശ്രമത്തിലേക്കു കൂട്ടിക്കൊണ്ടു പോയി മകളെപ്പോലെ സംരക്ഷിക്കുന്നു വാല്മീകി മഹർഷി. സീതയ്ക്ക് അവിടെവച്ചു പിറന്ന പുത്രന്മാരെ മുനി വിദ്യകൾ അഭ്യസിപ്പിക്കുന്നു. താൻ രചിച്ച *രാമായണ*കാവ്യം തന്ത്രീലയ സമന്വിതമായി ആലപിക്കാൻ മഹർഷി കുമാരന്മാരെ പഠിപ്പിക്കുന്നു. അങ്ങനെയിരിക്കെയാണ് ശ്രീരാ മൻ നടത്തുന്ന അശ്വമേധയാഗത്തിൽ പങ്കെടുക്കാൻ വാല്മീകി മഹർഷി കുമാരന്മാരുമായി യാത്രയാകുന്നത്. ആ സന്ദർഭത്തിൽ വിജനമായ ആശ്ര മപരിസരത്തെ ഉദ്യാനത്തിൽ അന്തിനേരം ഏതോ ഒരു സഹജാവബോ ധത്താൽ ജീവിതാന്ത്യത്തിനു തൊട്ടുമുമ്പെന്നവണ്ണം സീത തന്റെ പൂർവ്വ കാലത്തെക്കുറിച്ചുള്ള ചിന്തകളിൽ മുഴുകുന്നു.

ആശ്രമപരിസരത്തെ ഉദ്യാനത്തിൽ ഒറ്റയ്ക്കിരിക്കുന്ന സീത അന്തി മയങ്ങിയിട്ടും അകത്തേക്ക് ചെല്ലാത്തതെന്ത് എന്നന്വേഷിച്ചു വന്ന ഒരു തപസ്വിനി കാണുന്നത്, ചിന്തയുടെ തീക്ഷ്ണതയിൽ മോഹാലസ്യപ്പെട്ട സീതയെയാണ്. അവർ ഓടിച്ചെന്ന് പല പ്രാവശ്യം മുഖത്ത് വെള്ളം തളിച്ച് സീതയെ ഉണർത്തി താങ്ങിപ്പിടിച്ച് ആശ്രമത്തിനകത്ത് കൊണ്ടു പോയി കിടത്തി. പ്രഭാതമാകാറായപ്പോഴേക്കും അയോദ്ധ്യയിൽനിന്ന് രാമന്റെ സന്ദേശവുമായി വാല്മീകി മഹർഷിയെത്തി. "മകളേ ഖേദിക്കേ ണ്ട, എന്നോടുകൂടെ വരൂ" എന്നു പറഞ്ഞ മുനീന്ദ്രന്റെ കാൽച്ചുവടുകളെ കുനിഞ്ഞ മുഖത്തോടെ പിന്തുടർന്ന് അശ്വമേധ വേദിയിലെത്തി, പശ്ചാ ത്താപം കൊണ്ട് മങ്ങിയ മുഖവുമായിരിക്കുന്ന ഭർത്താവിനെ കണ്ട ആ സതി, പൗരന്മാർ നിറഞ്ഞ സഭയിൽവച്ച് ലോകജീവിതം ഉപേക്ഷിച്ചു. ഇത്രയുമേയുള്ളൂ *ചിന്താവിഷ്ടയായ സീത* എന്ന കാവ്യത്തിലെ സംഭ വാംശം.

പന്ത്രണ്ട്

ഈ കാവ്യത്തിൽ ആദ്യ ശ്ലോകത്തിൽ സീത എന്ന പേരുപറഞ്ഞ് മുഖ്യകഥാപാത്രത്തെ അവതരിപ്പിച്ചുകഴിഞ്ഞാൽ സീതയെ സൂചിപ്പി ക്കാൻ ഉപയോഗിക്കുന്ന സംജ്ഞകളിൽ പ്രധാനം സതി എന്നതാണ്. രണ്ടാം ശ്ലോകത്തിൽ സതി എന്നുപയോഗിക്കുന്ന കവി അന്ത്യശ്ലോക ത്തിലെ അവസാന വാക്കായും ഉപയോഗിക്കുന്നത് സതി എന്നുതന്നെ യാണ്. കാവ്യത്തിന്റെ അന്തഃസത്തയിലേക്ക് വിരൽചൂണ്ടുന്ന ഒരു സൂച

കമാണ് 'സതി' എന്ന സംജ്ഞ. അതിന്റെ പാഠാന്തരസൂചന *ശിവപുരാണ*ത്തിലേക്കും *കുമാരസംഭവ*ത്തിലേക്കും മറ്റും നീളുന്നതാണ്. സാമൂഹികചരിത്രപരമായി നോക്കിയാൽ ഒരു കാലത്ത് ഇന്ത്യയിൽ ഭർത്താവിന്റെ ചിതയിൽ ചാടി മരിക്കാൻ നിർബ്ബന്ധിതയാക്കപ്പെട്ട സ്ത്രീയുടെ അവസ്ഥയെ അത് സൂചിപ്പിക്കുന്നു.

പിതാവിനിഷ്ടമില്ലാതെ, ശിവനെ വരിച്ച സതി യാഗശാലയിൽവച്ച്, പിതാവ് ഭർത്താവിനെ അധിക്ഷേപിച്ചതു കേട്ട് യാഗാഗ്നിയിൽ ചാടി ജീവൻ വെടിയുകയായിരുന്നു. ഭർത്താവിനെക്കുറിച്ച് സ്വന്തം പിതാവായാൽ പോലും മോശമായി പരാമർശിക്കുന്നത് കേട്ടുനില്ക്കാൻ തയ്യാറായിരുന്നില്ല ഇന്ത്യൻ സ്ത്രീ. ആ സ്വത്വവിശുദ്ധിയാണ് സീതയ്ക്ക് ആശാൻ കല്പിച്ചുകൊടുത്തിരിക്കുന്നത്. എന്നാൽ ഇവിടെ സീത പാരമ്പര്യത്തിന്റെ അന്ധവിശ്വാസാഗ്നിയിലല്ല ചാടുന്നത്. തന്റെ ചാരിത്ര്യസംബന്ധമായി ഉന്നയിക്കപ്പെട്ട ആരോപണങ്ങളുടെ അഗ്നികുണ്ഡത്തിലാണ് സീത നീറുന്നത്. സ്വയം കത്തുന്ന ആ അവസ്ഥയിലാണ് സീത വിമർശനങ്ങളുയർത്തുന്നത്.

വിമർശനങ്ങളുടെ അന്ത്യത്തിൽ, അഭിമാനിനിയായതുകൊണ്ടാണ് താൻ ഇങ്ങനെ ചിന്തിക്കുന്നതെന്നും, കൃപയാൽ അത് ക്ഷമിക്കണമെന്നുമാണ്, സീത രാമനോട് അർത്ഥിക്കുന്നത്. സമൂഹത്തിൽ ആരോചിലർ സീതയുടെ മേൽ പാതിവ്രത്യശങ്ക ആരോപിച്ചപ്പോൾ, അത് അപ്പാടെ അംഗീകരിച്ച് സീതയെ ഉപേക്ഷിച്ചതുവഴി, സീതയുടെ പതിവ്രതാത്വത്തെ അപമാനിക്കുകയായിരുന്നു രാമൻ. അതാണ് സീതയ്ക്ക് അഗ്നിയിൽ വീണ് പൊള്ളൽ ഏറ്റതുപോലെയുള്ള അഴൽ അനുഭവപ്പെട്ടത്.

രാവണവധാനന്തരം സീതയെ ലങ്കയിൽനിന്ന് രാമൻ വീണ്ടെടുത്തത് തന്റെ പുരുഷാഭിമാനം രക്ഷിക്കാനായിരുന്നു. അല്ലാതെ സ്വപത്നിയെ പൂർണ്ണ മനസ്സോടെ സ്വീകരിക്കുകയായിരുന്നില്ല രാമൻ. ചാരിത്രത്തിലുള്ള ദുഃശങ്കകൊണ്ടാണ് സീതയെ രാമൻ അഗ്നിപരീക്ഷയ്ക്കു വിധേയയാക്കിയത്. ആ പരീക്ഷയിൽ ഉടൽ കത്തിയില്ലെങ്കിലും അപമാനാഗ്നിയിൽ സീതയ്ക്ക് പൊള്ളലേറ്റു. അതേ സീതയെയാണ് വീണ്ടും രാമൻ അപവാദഭീരുതയുടെ പേരിൽ ഉപേക്ഷിക്കുന്നത്. അതോടെ സീത അപമാനത്തിന്റെ തീക്ഷ്ണാഗ്നിയിൽ വീണ്ടും ഉരുകുന്നു. മനസ്സിന്റെ പൊള്ളൽ ശരീരത്തിന്റെ പൊള്ളലായി സീത അനുഭവിക്കുന്നു. ആ അനുഭവതീക്ഷ്ണതയുടെ വാങ്മയമാണ് *ചിന്താവിഷ്ടയായ സീത*യിലെ രാമനുനേരെയുള്ള വിമർശനം.

കാവ്യത്തിൽ ഉടനീളം സൂചകപദങ്ങളിലൂടെ സീതയുടെ ആ വൈകാരികാവസ്ഥയെ ശാരീരികാവസ്ഥയായി വിവർത്തനം ചെയ്യുന്നുണ്ട്. ചിന്തയുടെ ഒഴുക്കിൽപ്പെട്ട് അസ്വാസ്ഥ്യത്തിന്റെ തീവ്രമുഹൂർത്തത്തിലെത്തിയ സീതയെക്കുറിച്ച്, "പുടവയ്ക്കു തീപിടിച്ചുടൽ കത്തുന്നൊരു ബാലപോലെ" എന്നാണ് കവി പറയുന്നത്. കാവ്യത്തിൽ

സീതാചിന്തയുടെ തുടക്കത്തിൽ അവളുടെ മനസ്സ്, "പൊരിയും നെന്മണി"പോലെയായിരുന്നു എന്നു സൂചിപ്പിക്കുന്നു.

സീതയുടെ ദുഃഖത്തെക്കുറിച്ചു പരാമർശിക്കുമ്പോൾ ആശാൻ ഏറ്റവും കൂടുതൽ ഉപയോഗിക്കുന്ന വാക്ക് 'അഴൽ' എന്നതാണ്. പൊള്ളുന്നതുപോലെയുള്ള വേദന എന്നാണ് ആ വാക്കിന്റെ നിഘണ്ടുവിലെ അർത്ഥവിവരണം. 11, 15, 16, 23, 38, 46 തുടങ്ങിയ പദ്യങ്ങളിലൊക്കെ ആ പദം ആവർത്തിച്ചുവരുന്നു. മറ്റൊരു സന്ദർഭത്തിൽ സീത പറയുന്നത് "ഇടിവാളേറ്റ കണക്കു വീണു ഞാൻ" എന്നാണ്. അവിടെയും പൊള്ളൽ ആണല്ലോ അനുഭവം. അപമാനത്തിന്റെ തീച്ചൂളയിൽ നിന്നുകൊണ്ട് സീത പറയുന്ന വാക്കുകൾ, അതുകൊണ്ടുതന്നെ, അഗ്നിബിംബങ്ങളായി മാറുന്നു. അതാണ് സീതാകാവ്യത്തിന്റെ ഭാവതലത്തെ ദീപ്തമാക്കുന്ന ഒരു ഘടകം.

അതേസമയം സീത, അവനീശ്വരിയാണ്; ഭൂമിയുടെ മകളാണ്; പ്രകൃതിയുടെ പ്രാതിനിദ്ധ്യം വഹിക്കുന്നവളാണ്. സസ്യപ്രകൃതിയോട് സമീകരിക്കുന്നുണ്ട് സീതയെ കവി. "വിടപങ്ങളൊത്ത കൈകൾ തൽ തുടമേൽ വച്ചുമിരുന്നു സുന്ദരി" തുടങ്ങിയുള്ള പ്രയോഗങ്ങളിൽ, കാവ്യാന്ത്യത്തിൽ പ്രകൃതിയുടെ ഓരോരോ മോഹനഭാവങ്ങളോട് വിടപറയുന്ന സന്ദർഭങ്ങളിൽ എല്ലാം ഇതു കാണാം. സ്ത്രീ കൂടുതലായി അവമതിക്കപ്പെടുകയും പ്രകൃതി പിന്നെയും പിന്നെയും ധ്വംസിക്കപ്പെടുകയും ചെയ്യുന്ന വർത്തമാന സന്ദർഭത്തിൽ, *ചിന്താവിഷ്ടയായ സീത*യിലെ ഇത്തരം സൂചനകൾ കൂടുതൽ അർത്ഥഗർഭമാകുകയാണ്.

ഒരു നൂറ്റാണ്ടു മുൻപ് എഴുതി പൂർത്തീകരിച്ച ഈ കൃതി ഭാഷയിലും ഭാവത്തിലും ഇന്നും മലയാളത്തിലെ ഏറ്റവും പുതുമയുള്ള കൃതിയായി നിലകൊള്ളുന്നു; ആനുകാലിക സമൂഹത്തോട് ഏറ്റവും ഊർജ്ജസ്വലമായി പ്രതികരിക്കുന്ന കാവ്യമായി വളർന്നുകൊണ്ടിരിക്കുന്നു. അത് കാവ്യം കൈകാര്യം ചെയ്യുന്ന പ്രമേയത്തിന്റെ സംവാദശേഷി ഇന്ന് കൂടുതൽ വർദ്ധിപ്പിച്ചതുകൊണ്ടു മാത്രമല്ല, കാവ്യമെന്ന നിലയിൽ സമഗ്രമായ ജൈവചൈതന്യം അതിനുള്ളതുകൊണ്ടു കൂടെയാണ്.

മുഖവുര

ഈ കൃതി എഴുതാൻ ആരംഭിച്ചത് 1914 ആഗസ്ത് 10-ാം തീയതി ആണ്. ആദ്യത്തെ 80 പദ്യങ്ങൾ അന്നുമുതൽ പല അവസരങ്ങളിലായി എഴുതീട്ടുള്ളതും, ശേഷം മുഴുവൻ ഈയിടെ ഏതാനും ദിവസങ്ങൾകൊണ്ട് എഴുതീട്ടുള്ളതും ആകുന്നു. സീതാദേവി അന്തർദ്ധാനം ചെയ്യുന്നതിന്റെ തലേനാൾ രാത്രി വാല്മീകിയുടെ ആശ്രമത്തിൽ ഒരു ഏകാന്തസ്ഥലത്തിരുന്നു തന്റെ പൂർവ്വാനുഭവങ്ങളെയും ആസന്നമായ ഭാവിയെയും മറ്റും പറ്റി ചെയ്യുന്ന ചിന്തകളാണ് ഈ കൃതിയുടെ പ്രധാന വിഷയം.

ആലുവാ ഗ്രന്ഥകർത്താവ്

8-12-1919

(ആദ്യ പതിപ്പിന്റെ മുഖവുര)

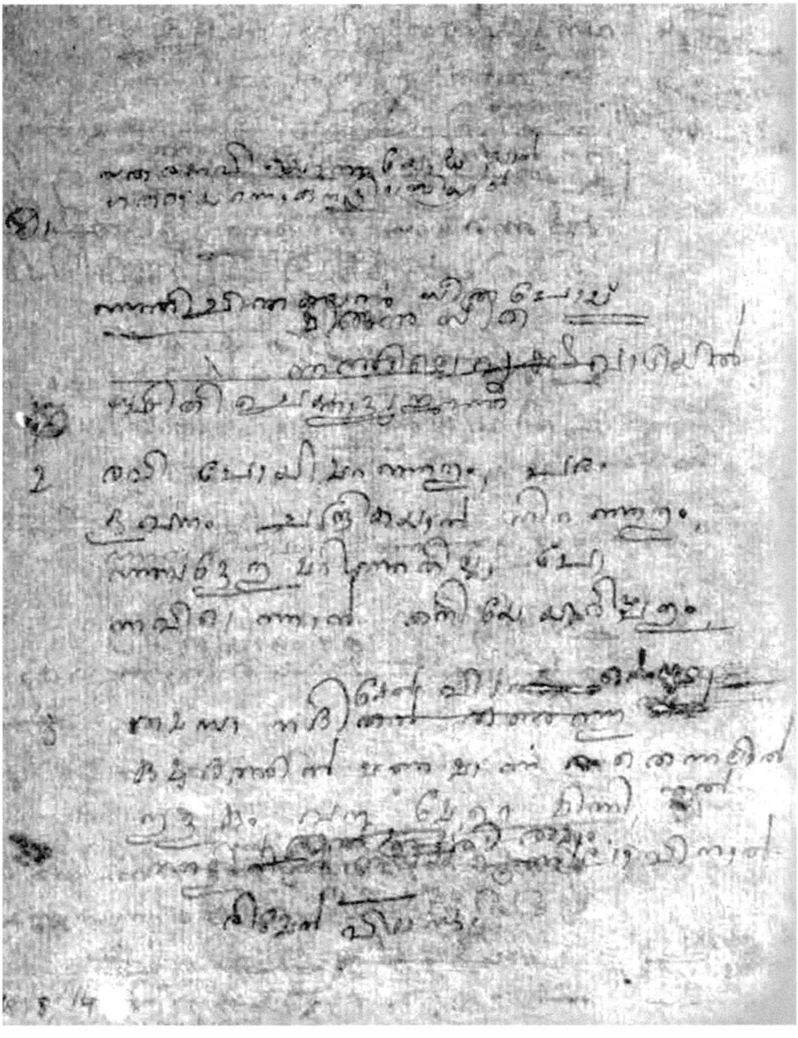

ചിന്താവിഷ്ടയായ സീത ആശാന്റെ കൈപ്പടയിൽ

ചിന്താവിഷ്ടയായ സീത

സൂതർ മാമുനിയോടയോദ്ധ്യയിൽ
ഗതരായോരളവന്നൊരന്തിയിൽ
അതിചിന്ത വഹിച്ചു സീതപോയ്
സ്ഥിതിചെയ്താളുടജാന്തവാടിയിൽ. 1

അരിയോരണിപന്തലായ് സതി-
ക്കൊരു പൂവാക വിതിർത്ത ശാഖകൾ,
ഹരിനീലതൃണകൾ കീഴിരു-
ന്നരുളും പട്ടുവിരിപ്പുമായിതു. 2

രവി പോയി മറഞ്ഞതും സ്വയം
ഭുവനം ചന്ദ്രികയാൽ നിറഞ്ഞതും
അവനീശ്വരിയോർത്തതില്ല, പോ-
ന്നവിടെത്താൻ തനിയേയിരിപ്പതും. 3

പുളകങ്ങൾ കയത്തിലാമ്പലാൽ
തെളിയിക്കും തമസാസമീരനിൽ
ഇളകും വനരാജി, വെണ്ണിലാ-
വൊളിയാൽ വെള്ളിയിൽ വാർത്തപോലെയായ്. 4

വനമുല്ലയിൽനിന്നു വായുവിൻ
ഗതിയിൽ പാറിവരുന്ന പൂക്കൾപോൽ
ഘനവേണി വഹിച്ചു കുന്തലിൽ
പതിയും തൈജസകീടപങ്ക്തിയെ. 5

പരിശോഭകലർന്നിതപ്പൊഴാ-

പ്പുരിവാർകുന്തളരാജി രാത്രിയിൽ
തരുവാടിയിലൂടെ കണ്ടിടു-
ന്നൊരു താരാപഥഭാഗമെന്നപോൽ. 6

ഉടൽമൂടിയിരുന്നു ദേവി, ത-
ന്നുടയാടത്തളിരൊന്നുകൊണ്ടുതാൻ
വിടപങ്ങളൊടൊത്ത കൈകൾ തൻ-
തുടമേൽവച്ചുമിരുന്നു സുന്ദരി. 7

ഒരു നോട്ടവുമെന്നി നിന്നിതേ
വിരിയാതല്പമടഞ്ഞ കണ്ണുകൾ,
പരുഷാളകപങ്ക്തി കാറ്റിലാ-
ഞ്ഞുരസുമ്പോഴുമിളക്കമെന്നിയേ. 8

അലസാംഗി നിവർന്നിരുന്നു, മെ-
യ്യുലയാതാനതമേനിയെങ്കിലും
അയവാർന്നിടയിൽ ശ്വസിച്ചു ഹാ!
നിയമം വിട്ടൊരു തെന്നൽമാതിരി. 9

നിലയെന്നിയെ ദേവിയാൾക്കക-
ത്തലതല്ലുന്നൊരു ചിന്തയാം കടൽ
പലഭാവമണച്ചു മെല്ലെ നിർ-
മ്മലമാം ചാരുകവിൾത്തടങ്ങളിൽ. 10

ഉഴലും മനതാരടക്കുവാൻ
വഴി കാണാതെ വിചാരഭാഷയിൽ
അഴലാർന്നരുൾചെയ്തിതന്തരാ-
മൊഴിയോരോന്നു മഹാമനസ്വിനി. 11

“ഒരു നിശ്ചയമില്ലയൊന്നിനും
വരുമോരോ ദശ വന്നപോലെ പോം
വിരയുന്നു മനുഷ്യനേതിനോ
തിരിയാ ലോകരഹസ്യമാർക്കുമേ. 12

തിരിയും രസബിന്ദുപോലെയും
പൊരിയും നെന്മണിയെന്നപോലെയും
ഇരിയാതെ മനം ചലിപ്പു, ഹാ!
ഗുരുവായും ലഘുവായുമാർത്തിയാൽ. 13

ഭുവനത്തിനു മോടി കൂട്ടുമ-
സ്സുഖകാലങ്ങളുമോർപ്പതുണ്ടു ഞാൻ
അവ ദുർവ്വിധിതന്റെ ധൂർത്തെഴും
മുഖഹാസങ്ങൾകണക്കെ മാഞ്ഞതും. 14

അഴലേകിയ വേനൽ പോമുടൻ
മഴയാം ഭൂമിയിലാണ്ടുതോറുമേ
പൊഴിയും തരു പത്രമാകവേ,
വഴിയേ പല്ലവമാർന്നു പൂത്തിടും. 15

അഴലിന്നു മൃഗാദിജന്തുവിൽ
പഴുതേറീടിലു,മെത്തിയാൽ ദ്രുതം
കഴിയാമതു-മാനഹേതുവാ-
ലൊഴിയാത്താർത്തി മനുഷ്യനേ വരൂ! 16

പുഴുപോലെ തുടിക്കയല്ലി, ഹാ!
പഴുതേയിപ്പൊഴുമെന്നിടത്തുതോൾ;
നിഴലിൻവഴി പൈതൽപോലെ പോ-
യുഴലാ ഭോഗമിരന്നു ഞാനിനി. 17

മുനി ചെയ്ത മനോജ്ഞകാവ്യമ-
മ്മനുവംശാധിപനിന്നു കേട്ടുടൻ
അനുതാപമിയന്നിരിക്കണം!
തനയന്മാരെ അറിഞ്ഞിരിക്കണം. 18

സ്വയമേ പതിരാഗജങ്ങളാം
പ്രിയഭാവങ്ങൾ തുലഞ്ഞിടായ്കിലും
അവ ചിന്തയിലൂന്നിടാതെയായ്
ശ്രവണത്തിൽ പ്രതിശബ്ദമെന്നപോൽ. 19

ക്ഷണമാത്രവിയോഗമുൾത്തടം
വ്രണമാക്കുംപടി വാച്ചതെങ്കിലും
പ്രണയം തലപൊക്കിടാതെയി-
ന്നണലിപ്പാമ്പുകണക്കെ നിദ്രയായ്. 20

സ്വയമിന്ദ്രിയമോദഹേതുവാം
ചില ഭാവങ്ങളൊഴിഞ്ഞുപോകയാൽ
ദയ തോന്നിടുമാറു മാനസം
നിലയായ് പ്രാക്കൾ വെടിഞ്ഞ കൂടുപോൽ. 21

ഉദയാസ്തമയങ്ങളെന്നി, യെൻ
ഹൃദയാകാശമതിങ്കലെപ്പൊഴും
കതിർവീശി വിളങ്ങിനിന്ന വെൺ-
മതിതാനും സ്മൃതിദർപ്പണത്തിലായ്. 22

പഴകീ വ്രതചര്യ, ശാന്തമായ്
ക്കഴിവൂ കാലമിതാത്മവിദ്യയാൽ
അഴൽ പോയ്-അവമാനശല്യമേ-
യൊഴിയാതുള്ളു വിവേകശക്തിയാൽ. 23

സ്വയമന്നുടൽ വിട്ടിടാതെ ഞാൻ
ദയയാൽ ഗർഭഭരം ചുമക്കയാൽ
പ്രിയചേഷ്ടകളാലെനിക്കു നി-
ഷ്ക്രിയയായ് കൗതുകമേകിയുണ്ണിമാർ. 24

കരളിന്നിരുൾ നീക്കുമുള്ളലി-
ച്ചൊരു മന്ദസ്മിതരശ്മികൊണ്ടവർ;
നരജീവിതമായ വേദനയ്-
ക്കൊരുമട്ടർഭകരൗഷധങ്ങൾതാൻ. 25

സ്ഫുടതാരകൾ കൂരിരുട്ടിലു-
ണ്ടിടയിൽ ദ്വീപുകളുണ്ടു സിന്ധുവിൽ
ഇടർതീർപ്പതിനേകഹേതു വ-
ന്നിടയാമേതു മഹാവിപത്തിലും. 26

പരമിന്നതു പാർക്കിലില്ലതാൻ
സ്ഥിരവൈരം നിയതിക്കു ജന്തുവിൽ
ഒരു കൈ പ്രഹരിക്കവേ പിടി-
ച്ചൊരു കൈകൊണ്ടു തലോടുമേയിവൾ. 27

ഒഴിയാതെയതല്ലി ജീവി പോം
വഴിയെല്ലാം വിഷമങ്ങളാവതും
അഴലും സുഖവും സ്ഫുരിപ്പതും
നിഴലും ദീപവുമെന്നപോലവേ. 28

അതുമല്ല സുഖാസുഖങ്ങളായ്-
സ്ഥിതി മാറീടുവതൊക്കെയേകമാം;
അതുതാനിളകാത്തതാം മഹാ-
മതിമത്തുക്കളിവറ്റ രണ്ടിലും. 29

വിനയാർന്ന സുഖം കൊതിക്കയി-
ല്ലിനിമേൽ ഞാൻ-അസുഖം വരിക്കുവൻ;
മനമല്ലൽ കൊതിച്ചു ചെല്ലുകിൽ
തനിയേ കൈവിടുമീർഷ്യ ദുർവിധി. 30

ഒരുവേള പഴക്കമേറിയാ-
ലിരുളും മെല്ലെ വെളിച്ചമായ്‌വരാം
ശരിയായ് മധുരിച്ചിടാം സ്വയം
പരിശീലിപ്പൊരു കയ്പുതാനുമേ. 31

പിരിയാത്ത ശുഭാശുഭങ്ങളാർ-
ന്നൊരു വിശ്രാന്തിയെഴാതെ ജീവിതം
തിരിയാം ഭുവനത്തിൽ നിത്യമി-
ങ്ങിരുപക്ഷംപെടുമിന്ദുവെന്നപോൽ. 32

നിലയറ്റ സുഖാസുഖങ്ങളാ-
മലയിൽ താണുമുയർന്നുമാർത്തനായ്
പലനാൾ കഴിയുമ്പൊൾ, മോഹമാം
ജലധിക്കക്കരെ ജീവിയേറിടാം. 33

അഥവാ സുഖദുർഗ്ഗമേറ്റുവാൻ
സ്ഥിരമായ്നിന്നൊരു കൈ ശരീരിയെ
വ്യഥയാം വഴിയൂടെയമ്പിനാൽ
വിരവോടുന്തിവിടുന്നുതന്നെയാം. 34

മനമിങ്ങു ഗുണം വരുമ്പൊഴും
വിനയെന്നോർത്തു വൃഥാ ഭയപ്പെടും
കനിവാർന്നു പിടിച്ചിണക്കുവാൻ
തുനിയുമ്പോൾ പിടയുന്ന പക്ഷിപോൽ. 35

സ്ഫുടമാക്കിയിതെന്നെ മന്നവൻ
വെടിവാൻ നല്കിയൊരാജ്ഞ ലക്ഷ്മണൻ
ഉടനേയിരുളാണ്ടു ലോകമ-
ങ്ങിടിവാളേറ്റകണക്കു വീണു ഞാൻ. 36

മൃതി വേണ്ടുകിലും സ്വഹത്യയിൽ
പതിയാതായ് മതി ഗർഭചിന്തയാൽ
അതിവിഹ്വലയായി, വീണ്ടുമീ-
ഹതി മുമ്പാർന്ന തഴമ്പിലേറ്റ ഞാൻ. 37

ഗതിമുട്ടിയുഴന്നു കാഞ്ഞൊരെൻ-
മതിയുന്മാദവുമാർന്നതില്ല! ഞാൻ
അതിനാലഴലിന്റെ കെട്ടഴി-
ഞ്ഞതിഭാരം കുറവാൻ കൊതിക്കിലും. 38

ഒരുവേളയിരട്ടിയാർത്തിതാൻ
തരുമാ വ്യാധി വരാഞ്ഞതാം ഗുണം
കരണക്ഷതിയാർന്നു വാഴ്‌വിലും
മരണം നല്ലു മനുഷ്യനോർക്കുകിൽ. 39

നിനയാ ഗുണപുഷ്പവാടി ഞാ-
നിനിയക്കാട്ടുകുരങ്ങിനേകുവാൻ
വനവായുവിൽ വിണ്ട വേണുപോൽ
തനിയേ നിന്നു പുലമ്പുവാനുമേ. 40

അഥവാ ക്ഷമപോലെ നന്മചെ-
യ്തരുളാൻ നോറ്റൊരു നല്ല ബന്ധുവും
വ്യഥപോലറിവോതിടുന്ന സദ്-
ഗുരുവും മർത്ത്യനു വേറെയില്ലതാൻ. 41

മൃതിതേടിയഘലത്തിൽ മാനസം
ചരിയാതായതു ഭാഗ്യമായിതേ
അതിനാൽ ശുഭമായ് കുലത്തിനി-
പ്പരിപാകം ഫലമായെനിക്കുമേ. 42

അരുതോർപ്പതിനിന്നു കാർനിറ-
ഞ്ഞിരുളാമെൻ ഹൃദയാങ്കണങ്ങളിൽ
ഉരുചിന്തകൾ പൊങ്ങിടുന്നു ചൂഴ്-
ന്നൊരുമിച്ചീയൽകണക്കെ മേൽക്കുമേൽ. 43

സ്മൃതിധാര, യുപേക്ഷയാം തമോ-
വൃതി നീങ്ങിച്ചിലനാൾ സ്ഫുരിക്കയാം
ഋതുവിൽ സ്വയമുല്ലസിച്ചുടൻ
പുതുപുഷ്പം കലരുന്ന വല്ലിപോൽ. 44

പുരികം പുഴുപോൽ പിടഞ്ഞകം
ഞെരിയും തൻതല താങ്ങി കൈകളാൽ
പിരിവാനരുതാഞ്ഞു കണ്ണുനീർ-
ചൊരിയും ലക്ഷ്മണനെ സ്മരിപ്പു ഞാൻ. 45

അതിധീരനമേയശക്തിയ-
മ്മതിമാനഗ്രജഭക്തനാവിധം
കദനം കലരുന്നകണ്ടൊരെൻ-
ഹൃദയംവിട്ടഴൽ പാതി പോയിതേ. 46

വനപത്തനഭേദചിന്തവി-
ട്ടനഘൻ ഞങ്ങളൊടൊത്തു വാണു നീ
വിനയാർദ്രമെനിക്കു കേവലം
നിനയായ്‌വാൻ പണി തമ്പി! നിൻമുഖം. 47

ഗിരികാനനഭംഗി ഞങ്ങൾ ക-
ണ്ടരിയോരുത്സവമായ് കഴിച്ചു നാൾ
അരിഭീഷണ! നീ വഹിച്ചൊര-
പ്പരിചര്യാവ്രതനിഷ്ഠയൊന്നിനാൽ. 48

കടുവാക്കുകൾ കേട്ടു കാനനം
നടുവേയെന്നെ വെടിഞ്ഞു മുമ്പു നീ;
വെടിവാൻ തരമായ് മറിച്ചുമേ;
കുടിലം കർമ്മവിപാകമോർക്കുകിൽ. 49

കനിവാർന്നനുജാ! പൊറുക്ക ഞാൻ
നിനയാതോതിയ കൊള്ളിവാക്കുകൾ
അനിയന്ത്രിതമായ് ചിലപ്പൊഴീ-
മനമോടാത്ത കുമാർഗ്ഗമില്ലെടോ. 50

വിരഹാർത്തിയിൽ വാടിയേകനായ്
കരകാണാത്ത മഹാവനങ്ങളിൽ
തിരിയും രഘുനാഥനെത്തുണ-
ച്ചരിയോരന്വയമുദ്ധരിച്ചു നീ. 51

പരദുർജ്ജയനിന്ദ്രജിത്തുമായ്
പൊരുതും നിൻകഥ കേട്ടു വെമ്പലാൽ
കരൾ നിന്നിലിയന്ന കൂറുതൻ
പെരുതാമാഴമറിഞ്ഞിതന്നിവൾ. 52

മുനി കാട്ടിടുമെൻകിടാങ്ങളെ-
ക്കനിവാൽ നീ സ്വയമാഞ്ഞു പുൽകിടാം
അനസൂയവിശുദ്ധമിന്നു നിൻ-
മനമാനന്ദസരിത്തിൽ നീന്തിടാം. 53

വിടുകെൻകഥ; വത്സ! വാഴ്ക നീ
നെടുനാളഗ്രജനേകബന്ധുവായ്
ഇടരെന്നിയെയഗ്ഗുണോൽക്കരം
തടവും ബന്ധുജനങ്ങളോടുമേ. 54

അറിവറ്റു മുറക്കെഴാതെയും
മറയായ് മൂടിയുമിന്ദ്രിയങ്ങളെ
മുറിയും കരളിൽ കുഴമ്പുപോ-
ലുറയും ശീതളമൂർച്ഛയോർപ്പു ഞാൻ. 55

മൃതിതൻ മകളെന്നു തോന്നുമ-
സ്ഥിതിയിൽ ദേഹികൾ പേടി തേടിലും
മതി കാഞ്ഞു ഞെരുങ്ങുവോർക്കതി-
ങ്ങതിമാത്രം സുഖമേകിടുന്നുതാൻ. 56

പ്രിയനിൽ പക തോന്നിടാതെയും
ഭയവും നാണവുമോർമ്മിയാതെയും
സ്വയമങ്ങനെയത്തമസ്സുതൻ-
കയമാർന്നെൻ മതി താണു നിന്നിതേ. 57

മലർമെത്തയിൽ മേനി നോവുമെ-
ന്നലസാംഗം ഘനഗർഭദുർവ്വഹം
അലയാതെ ശയിച്ചു കണ്ടകാ-
കുലമായ് കീടമിയന്ന ഭൂവതിൽ. 58

പെരുമാരിയിൽ മുങ്ങി മാഴ്കിടു-
ന്നൊരു ഭൂമിക്കു ശരത്തുപോലവേ
പരമെന്നരികത്തിലെത്തിയ-
പ്പരവിദ്യാനിധി നിന്നതോർപ്പു ഞാൻ. 59

"നികടത്തിൽ മദീയമാശ്രമം
മകളേ! പോരികതോർക്ക നിൻ ഗൃഹം,"
അകളങ്കമിവണ്ണമോതിയെ-
ന്നകമൊട്ടാറ്റി പിതൃപ്രിയൻ മുനി. 60

മതിമേൽ മൃഗതൃഷ്ണപോൽ ജഗൽ-
സ്ഥിതിയെന്നും, സ്ഥിരമായ ശാന്തിയേ
ഗതിയെന്നുമലിഞ്ഞു ബുദ്ധിയിൽ
പതിയുംമട്ടരുൾചെയ്തു മാമുനി. 61

എരിയുന്ന മഹാവനങ്ങൾ ത-
ന്നരികിൽ ശീതളനീർത്തടാകമോ?
തിരതല്ലിയെഴുന്ന സിന്ധുവിൻ
കരയോ? ശാന്തികരം തപോവനം. 62

സ്വകപോലവെളിച്ചമീർഷ്യയാം
പുക മൂടാത്ത മുനീന്ദ്രയോഷമാർ
ഇടരെന്നി ലസിക്ക! സൗമ്യമാ-
മുടജത്തിന്റെ കെടാവിളക്കുകൾ. 63

തരുപക്ഷിമൃഗങ്ങളോടുമി-
ന്നരരോടും സുരരോടുമെന്നുമേ
ഒരുമട്ടിവരുള്ളിലേന്തുമ-
സ്സരളസ്നേഹരസം നിനപ്പു ഞാൻ. 64

അനലാർക്കവിധുക്കളാവിധം
വനശൈലാദികൾ വേദമെന്നതിൽ
മനതാരലയാതവർക്കെഴും
ഘനമാമസ്തികബുദ്ധിയോർപ്പു ഞാൻ 65

മഹിയിൽ ശ്രുതിപോലെ മാന്യമാർ,
പ്രയതാത്മാക്കളൃഷിപ്രസൂതിമാർ,
വിഹിതാവിഹിതങ്ങൾ കാട്ടുവോർ,
സ്വയമാചാരനിദർശനങ്ങളാൽ. 66

ഇതിഹാസപുരാണസൽക്കഥാ-
സ്രുതിയാൽ ജീവിതഭൂ നനച്ചിവർ
ചിതമായരുളുന്നു ചേതനാ-
ലതയിൽ പുഷ്പഫലങ്ങളാർക്കുമേ. 67

വ്രതിയാം കണവന്റെ സേവ നിർ-
വൃതിയായ്ക്കാണ്മൊരു ശുദ്ധരാഗമാർ
പതിദേവതമാർ ജയിക്ക, യുൾ-
ക്കൊതിയോരാത്തവർ ഭോഗമായയിൽ. 68

സ്മൃതി വിസ്മൃതമാകിലും സ്വയം
ശ്രുതി കാലാബ്ധിയിലാണ്ടുപോകിലും
അതിപാവനശീലമേലുമി-
സ്സതിമാർ വാണിടുമൂഴി ധന്യമാം. 69

കനിവിന്നുറവായ് വിളങ്ങുമീ-
വനിതാമൗലികളോടു വേഴ്ചയാൽ
അനിവാര്യവിരക്തിരൂക്ഷരാം
മുനിമാരാർദ്രതയാർന്നിടുന്നതാം. 70

ഗുണചിന്തകളാൽ ജഗത്ത്രയം
തൃണമാക്കും മതിമാൻ മഹാകവി
ഇണചേർന്നു മരിച്ച കൊറ്റിയിൽ
ഘൃണ തേടാനിതുതാൻ നിമിത്തമാം. 71

ഇടപെട്ടിവരൊത്തു മേവുവാ-
നിടയാക്കീടിന ദുർവ്വിധിക്കഹോ!
പടുശല്യഭിഷക്കിനെന്നപോ-
ലൊടുവിൽത്താനൃണബദ്ധയായി ഞാൻ. 72

പരിതൃപ്തിയെഴാത്ത രാഗമാ-
മെരിതീക്കിന്ധനമായി നാരിമാർ
പുരിയിൽ സ്വയമാത്മജീവിതം
കരിയും ചാമ്പലുമാക്കിടുന്നിതേ! 73

പരപുച്ഛവുമഭ്യസൂയയും
ദുരയും ദുർവ്യതിയാനസക്തിയും
കരളിൽ കുടിവച്ചു ഹാ! പര-
മ്പരയായ് പൗരികൾ കെട്ടുപോയിതേ! 74

നിജദോഷനിദർശനാന്ധമാർ
സുജനാചാരമവിശ്വസിക്കുവോർ
രുജതേടി മരിപ്പു കല്മഷ-
വ്രജമാം കാമിലബാധയാലിവർ. 75

ചെളിമൂടിയ രത്നമെന്നപോ-
ലൊളി പോയ് ചിത്തഗുഹാന്തകീടമായ്
വെളിവറ്റൊരഴുക്കുകുണ്ടിൽ വീ-
ണളിവൂ ദുർജ്ജനപാപചേതന. 76

വിഷയസ്പൃഹയായ നാഗമുൾ-
ത്തൃഷപൂണ്ടഗ്ഗുഹതൻ മുഖംവഴി
വിഷവഹ്നി വമിക്കവേ പരം
വിഷമിക്കുന്നു സമീപവർത്തികൾ. 77

വിലയാർന്ന വിശിഷ്ടവസ്ത്രവും
വിലസും പൊന്മണിഭൂഷണങ്ങളും
ഖലരാം വനകൂപപംക്തിമേൽ
കലരും പുഷ്പലതാവിതാനമാം. 78

വിധുകാന്തിയെ വെന്ന ഹാസവും
മധു തോല്ക്കും മധുരാക്ഷരങ്ങളും
അതിഭീഷണപൗരഹൃത്തിലെ-
ച്ചതി രക്ഷോവരചാരരെന്നുമേ. 79

കൊടി തേർ പട കോട്ട കൊത്തളം
കൊടിയോരായുധമൊന്നുമെന്നിയേ
നൊടിയിൽ ഖലജിഹ്വ കൊള്ളിപോ-
ലടിയേ വൈരിവനം ദഹിക്കുമേ. 80

നൃപഗാഢവിചിന്തനം കഴി-
ഞ്ഞപരോക്ഷീകൃതമായ കൃത്യവും
അപഥം വഴി സത്വരം കട-
ന്നുപജാപം തലകീഴ്മറിക്കുമേ. 81

സുപരീക്ഷിതമായ രാഗവും
കൃപയുംകൂടി മറന്നു കേവലം
കൃപണോക്തികൾ കേട്ടു ബുദ്ധികെ-
ട്ടപകൃത്യത്തിനു ചാടുമേ നൃപർ. 82

മുടിയിൽ കൊതിചേർത്തു പുത്രനെ-
ജ്ജടിയാക്കും ചിലർ; തൽകുമാരരോ
മടിവിട്ടു മഹാവനത്തിലും
വെടിയും ദോഹദമാർന്ന പത്നിയെ. 83

അഹഹ! സ്മൃതിവായു ഹൃത്തിലെ-
ദ്ദഹനജ്വാല വളർത്തി വീണ്ടുമേ
സഹസാ പുടപാകരീതിയായ്
നിഹനിപ്പൂ ഹതമെന്റെ ജീവിതം. 84

ശ്രുതി കേട്ട മഹീശർതന്നെയീ-
വ്യതിയാനം സ്വയമേ തുടങ്ങുകിൽ
ക്ഷതി ധർമ്മഗതിക്കു പറ്റിതാൻ
ക്ഷിതി ശിഷ്ടർക്കനിവാസ്യമായിതാൻ. 85

തെളിയിച്ചു വിരക്തിയെന്നില-
ന്നൊളിവായ് ലങ്കയിൽവച്ചു, പിന്നെയും
ചെളിയിൽ പദമൂന്നിയെന്തിനോ
വെളിവായിക്കഴുകുന്നു രാഘവൻ? 86

പെരുകും പ്രണയാനുബന്ധമാ-
മൊരു പാശം വശമാക്കിയീശ്വരാ!
കുരുതിക്കുഴിയുന്നു നാരിയെ-
പ്പുരുഷന്മാരുടെ ധീരമാനിത! 87

ഇതരേതരസക്തരാം ഗൃഹ-
വ്രതബന്ധുക്കളെ ജീവനോടുമേ
സതതം പിടിപെട്ടെരിക്കുമ-
ച്ചിതയാം ശങ്ക മനുഷ്യനുള്ളതാം. 88

അതിപാവനമാം വിവാഹമേ!
ശ്രുതിമന്ദാരമനോജ്ഞപുഷ്പമായ്
ക്ഷിതിയിൽ സുഖമേകി നിന്ന നിൻ-
ഗതി കാൺകെത്രയധഃപതിച്ചു നീ! 89

ഗുണമാണു വിധിക്കു ലാക്കതിൽ
പിണയാം പൂരുഷദോഷമീവിധം
ക്ഷണമാ വിപരീതവൃത്തിയാൽ
തുണയെന്യേ ശ്രുതിയപ്രമാണമാം. 90

നെടുനാൾ വിപിനത്തിൽ വാഴുവാ-
നിടയായ് ഞങ്ങളതെന്റെ കുറ്റമോ?
പടുരാക്ഷസചക്രവർത്തിയെ-
ന്നുടൽ മോഹിച്ചതു ഞാൻ പിഴച്ചതോ? 91

ശരി, ഭൂപതി സമ്മതിക്കണം
ചരിതവ്യത്തിൽ നിജപ്രജാമതം
പിരിയാം പല കക്ഷിയായ് ജനം
പരിശോധിച്ചറിയേണ്ടയോ നൃപൻ! 92

തനതക്ഷികളോടുതന്നെയും
ഘനമേറും ഖലജിഹ്വ മല്ലിടാം;
ജനവാദമപാർത്ഥമെന്നതി-
ന്നനഘാചാരയെനിക്കു സാക്ഷി ഞാൻ. 93

കരതാരിലണഞ്ഞ ലക്ഷ്മിയെ
ത്വരയിൽ തട്ടിയെറിഞ്ഞു നിഷ്കൃപം
ധരതന്റെ സവിത്രി, അപ്പൊഴും
നരനാഥൻ ജനചിത്തമോർത്തിതോ? 94

അതു സത്യപരായണത്വമാ-
മിതു ധർമ്മവ്യസനിത്വമെന്നുമാം;
പൊതുവിൽ ഗുണമാക്കിടാം ജനം
ചതുരന്മാരുടെ ചാപലങ്ങളും. 95

ജനമെന്നെ വരിച്ചു മുമ്പുതാ-
നനുമോദത്തൊടു സൗർവ്വഭൗമിയായ്
പുനരെങ്ങനെ നിന്ദ്യയായി ഞാൻ
മനുവംശാംകുരഗർഭമാർന്നനാൾ? 96

നയമായ് ചിരവന്ധ്യയെന്നുതാൻ
പ്രിയമെന്നിൽപെടുമഭ്യസൂയകൾ
സ്വയമേയപവാദശസ്ത്രമാർ-
ന്നുയരാമെന്നതു വന്നുകൂടയോ? 97

ഭരതൻ വനമെത്തിയപ്പൊഴും
പരശങ്കാവിലമായ മാനസം
നരകല്മഷചിന്ത തീണ്ടുവാൻ
തരമെന്യേ ധവളീഭവിച്ചിതോ? 98

പതിയാം പരദേവതയ്ക്കഹോ!
മതിയർപ്പിച്ചൊരു ഭക്തയല്ലി ഞാൻ
ചതിയോർക്കിലുമെന്നൊടോതിയാൽ
ക്ഷതിയെന്തങ്ങനെ ചെയ്തുവോ നൃപൻ? 99

ഇടനെഞ്ചിളകിസ്സതിക്കിതി-
ന്നിടയിൽ കണ്ണുകൾ പെയ്തു നീർക്കണം
പുടഭേദകമായ തെന്നലേ-
റ്റിടറും ഗുല്മദലങ്ങളെന്നപോൽ. 100

തരളാക്ഷി തുടർന്നു ചിന്തയെ-
ത്തരസാ ധാര മുറിഞ്ഞിടാതെതാൻ,
ഉരപേറുമൊഴുക്കു നില്ക്കുമോ
തിരയാൽ വായു ചമച്ച സേതുവിൽ? 101

ഗിരിഗഹ്വരമുഗ്രമാം വനം
ഹരിശാർദ്ദൂലഗണങ്ങൾ പാമ്പുകൾ
പരിഭീകരസിന്ധു രാക്ഷസ-
പ്പരിഷയ്ക്കുള്ള നികേതമാദിയായ്. 102

നരലോകമിതിൽപ്പെടാവതാം
നരകം സർവ്വമടുത്തറിഞ്ഞ ഞാൻ
പരമാർത്ഥമതോരിലഞ്ചുവാൻ
തരമില്ലെന്തിനൊളിച്ചു മന്നവൻ? 103

പതിചിത്തവിരുദ്ധവൃത്തിയാം
മതിയുണ്ടോ കലരുന്നു ജാനകി?
കുതികൊണ്ടിടുമോ മഹോദധി-
ക്കെതിരായ് ജാഹ്നവിതന്നൊഴുക്കുകൾ? 104

അപകീർത്തിഭയാന്ധനീവിധം
സ്വപരിക്ഷാളനതല്പരൻ നൃപൻ
കൃപണോചിതവൃത്തിമൂലമെ-
ന്നപവാദം ദൃഢമാക്കിയില്ലയോ? 105

അപരാധിയെ ദണ്ഡിയാതെയാം
കൃപയാൽ സംശയമാർന്ന ധാർമ്മികൻ
അപകല്മഷ ശിക്ഷയേറ്റു ഞാൻ
നൃപനിപ്പാപമൊഴിപ്പതെങ്ങനെ. 106

അതിവത്സല ഞാനുരച്ചിതെൻ
കൊതി വിശ്വാസമൊടന്നു ഗർഭിണി
അതിലേ പദമൂന്നിയല്ലിയി-
ച്ചതിചെയ്തൂ! നൃപനോർക്കവയ്യ താൻ. 107

ജനകാജ്ഞവഹിച്ചു ചെയ്ത തൻ-
വനയാത്രയ്ക്കു തുണയ്ക്കു പോയി ഞാൻ
അനയൻ പ്രിയനെന്നെയേകയായ്
തനതാജ്ഞയ്ക്കിരയാക്കി കാടിതിൽ! 108

ഇതരേതരഭേദമറ്റ ഹൃദ്-
ഗതമാം സ്നേഹമതങ്ങു നില്ക്കുക,
ശ്രുതമായ കൃതജ്ഞഭാവവും
ഹതമാക്കീ നൃപനീ ഹതാശയിൽ. 109

രുജയാർന്നുമകം കനിഞ്ഞുതൻ-
പ്രജയെപ്പോറ്റുമുറുമ്പുപോലുമേ
സുജനാഗ്രണി കാട്ടിലെൻപ്രിയൻ
നിജഗർഭത്തെ വലിച്ചെറിഞ്ഞിതേ. 110

ശ്വശുരൻ ബഹുയജ്ഞദീക്ഷയാ-
ലശുഭം നീക്കി ലഭിച്ച നന്ദനൻ
പിശുനോക്തികൾ കേട്ടു പുണ്യമാം
ശിശുലാഭോത്സവമുന്മഥിച്ചിതേ! 111

അരുതോർക്കിൽ, നൃപൻ വധിച്ചു നിഷ്-
കരുണം ചെന്നൊരു ശൂദ്രയോഗിയെ
നിരുപിക്കിൽ മയക്കി ഭൂപനെ
തരുണീപാദജഗർഹിണീ ശ്രുതി! 112

സഹജാർദ്രത ധർമ്മമാദിയാം
മഹനീയാത്മഗുണങ്ങൾ ഭൂപനെ
സഹധർമ്മിണിയാൾക്കു മുമ്പു ഹാ!
സഹസാ വിട്ടുപിരിഞ്ഞുപോയിതാൻ. 113

വനഭൂവിൽ നിജാശ്രമത്തില-
ഗ്ഘനഗർഭാതുരയെൻ മൃഗാംഗന
തനതക്ഷിപഥത്തിൽ നില്ക്കവേ
നനയും മൽപ്രിയനാശു കൺമുന. 114

അതികോമളമാകുമമ്മനഃ-
സ്ഥിതി കാട്ടിൽ തളിർപോലുദിപ്പതാം
ക്ഷിതിപാലകപട്ടബദ്ധമാം
മതിയോ ചർമ്മകഠോരമെന്നുമാം 115

നിയതം വനവാസവേളയിൽ
പ്രിയനന്യാദൃശഹാർദ്ദമാർന്നുതാൻ
സ്വയമിങ്ങു വിഭുത്വമേറിയാൽ
ക്ഷയമേലാം പരമാർത്ഥസൗഹൃദം 116

നിയമങ്ങൾ കഴിഞ്ഞു നിത്യമാ-
പ്രിയഗോദാവരിതൻ തടങ്ങളിൽ
പ്രിയനൊത്തു വസിപ്പതോർപ്പു ഞാൻ
പ്രിയയായും പ്രിയശിഷ്യയായുമേ. 117

ഒരു ദമ്പതിമാരുമൂഴിയിൽ
കരുതാത്തോരു വിവിക്തലീലയിൽ
മരുവീ ഗതഗർവ്വർ ഞങ്ങള-
ങ്ങിരുമെയ്യാർന്നൊരു ജീവിപോലവേ. 118

നളിനങ്ങളറുത്തു നീന്തിയും
കുളിരേലും കയമാർന്നു മുങ്ങിയും
പുളിനങ്ങളിലെന്നൊടോടിയും
കളിയാടും പ്രിയനന്നു കുട്ടിപോൽ. 119

പറയേണ്ടയി! ഞങ്ങൾ, ബുദ്ധിയിൽ
കുറവില്ലാത്ത മൃഗങ്ങൾപോലെയും
നിറവേറ്റി സുഖം വനങ്ങളിൽ
ചിറകില്ലാത്ത ഖഗങ്ങൾപോലെയും. 120

സഹജാമലരാഗമേ! മനോ-
ഗുഹയേലും സ്ഫുടരത്നമാണു നീ
മഹനീയമതാണു മാറിലു-
ന്മഹമാത്മാവണിയുന്ന ഭൂഷണം. 121

പുരുഷന്നു പുമർത്ഥഹേതു നീ
തരുണിക്കത്തരുണീഗുണങ്ങൾ നീ
നിരുപിക്കുകിൽ നീ ചമയ്പു ഹാ!
മരുഭൂ മോഹനപുഷ്പവാടിയായ്. 122

നയമാർഗ്ഗചരർക്കു ദീപമാ-
യുയരും നിൻപ്രഭ നാകമേറുവാൻ
നിയതം നരകം നയിപ്പു നി-
ന്നയഥായോഗമസജ്ജനങ്ങളെ. 123

മൃതിയും സ്വയമങ്ങു രാഗമേ!
ക്ഷതിയേകില്ല നിനക്കു, വാഴ്‌വു നീ,
സ്മൃതിയാം പിതൃലോകസീമയിൽ
പതിവായശ്രുനിവാപമുണ്ടുമേ. 124

ചതിയറ്റൊരമർഷമല്ല നിൻ
പ്രതിമല്ലൻ പ്രിയതേ! പരസ്പരം
രതിമാർഗ്ഗമടച്ചു ഹൃത്തിൽ നിൻ
ഹതിചെയ്യുന്നതു ഗർവ്വമാണു കേൾ. 125

സമദൃഷ്ടി, സമർത്ഥചിന്തനം,
ക്ഷമ, യന്യോന്യഗുണാനുരാഗിത,
ക്രമമായിവയെക്കരണ്ടിടാം
ശ്രമമറ്റാന്തരഗർവ്വമൂഷികൻ. 126

വിഭവോന്നതി, കൃത്യവൈഭവം,
ശുഭവിഖ്യാതി, ജയങ്ങൾ മേൽക്കുമേൽ,
പ്രഭവിഷ്ണുതയെന്നിവറ്റയാൽ
പ്രഭവിക്കാം ദുരഹന്തയാർക്കുമേ. 127

അതിമാനിതയായ വായുവിൻ
ഹതിയാൽ പ്രേമവിളക്കു പോയ് മനം
സ്തുതിതന്നൊലി കേട്ടു ചെന്നഹോ!
പതിയാം സാഹസദുർഗ്ഗമങ്ങളിൽ. 128

സ്ഥിതിയിങ്ങനെയല്ലയെങ്കിലി-
ശ്ശ്രുതിദോഷത്തിൽ വിരക്തിയെന്നിയേ
ക്ഷിതിവാണിടുമോ സഗർഭയാം
സതിയെക്കാട്ടിൽ വെടിഞ്ഞു മന്നവൻ? 129

നിഹതാരികൾ ഭൂ ഭരിക്കുവാൻ
സഹജന്മാർ നൃപനില്ലി യോഗ്യരായ്?
സഹധർമ്മിണിയൊത്തു വാഴുവാൻ
ഗഹനത്തിൽ സ്ഥലമില്ലി വേണ്ടപോൽ? 130

പരിശുദ്ധവനാശ്രമം നൃപൻ
പരിശീലിച്ചറിവുള്ളതല്ലയോ?
തിരിയുന്നവയല്ലയോ നൃപ-
ന്നരിയോരാത്മവിചാരശൈലികൾ? 131

പറവാൻ പണി-തൻപ്രിയയ്ക്കൊരാൾ
കുറ ചൊന്നാൽ സഹിയാ കുശീലനും,
കറയെന്നിലുരപ്പതുത്തമൻ
മറപോലെങ്ങനെ കേട്ടു മന്നവൻ. 132

ഒരു കാക്കയൊടും കയർത്തതും
പെരുതാമാശരവംശകാനനം
മരുവാക്കിയതും നിനയ്ക്കില-
പ്പുരുഷവ്യാഘ്രനിതും വരാവതോ? 133

അഥവാ നിജനീതിരീതിയിൽ
കഥയോരാം പലതൊറ്റിനാൽ നൃപൻ
പ്രഥമാനയശോധനൻ പരം
വ്യഥയദ്ദുശ്രുതി കേട്ടിയന്നിടാം. 134

ഉടനുള്ളിലെരിഞ്ഞ തീയിൽനി-
ന്നിടറിപ്പൊങ്ങിയ ധർമ്മശൂരത
സ്ഫുടമോതിയ കർമ്മമമ്മഹാൻ
തുടരാം-മാനി വിപത്തു ചിന്തിയാ. 135

വിഷയാധിപധർമ്മമോർത്തഹോ!
വിഷമിച്ചങ്ങനെ ചെയ്തതാം നൃപൻ;
വിഷസംക്രമശങ്കമൂലമായ്
വിഷഹിക്കും ബുധരംഗകൃന്തനം! 136

ബലശാലിയിയന്നിടും പുറ-
ത്തലയാത്തോരു വികാരമുഗ്രമാം
നിലയറ്റൊരു നീർക്കയത്തിനു-
ള്ളലയെക്കാൾ ചുഴിയാം ഭയങ്കരം! 137

പരകാര്യപരൻ സ്വകൃത്യമായ്
ത്വരയിൽ തോന്നുവതേറ്റുരച്ചിടും
ഉരചെയ്തതു ചെയ്തിടാതെയും
വിരമിക്കാ രഘുസൂനു സത്യവാൻ 138

അതിദുഷ്കരമാമരക്കർതൻ-
ഹതിയെദ്ദണ്ഡകയിങ്കലേറ്റതും
ധൃതിയിൽ പുനരൃശ്യമൂകഭൂ-
വതിലെബ്ബാലിവധപ്രതിജ്ഞയും. 139

പലതുണ്ടിതുപോലെ ഭാനുമൽ-
കുലചൂഡാമണി ചെയ്ത സാഹസം
ചില വീഴ്ച മഹാനു ശോഭയാം
മലയിൽ കന്ദരമെന്നമാതിരി. (യുഗ്മകം) 140

മുനിപുത്രനെയച്ഛനാനയെ-
ന്നനുമാനിച്ചുടനെയ്തു കൊന്നതും
തനിയേ വരമേകി തൻ പ്രിയയ്-
ക്കനുതാപാതുരനായ് മരിച്ചതും, 141

മികവേറിയ സാഹസങ്ങളാം
പകവിട്ടിന്നതു പാർത്തു കാണുകിൽ
മകനീവക മർഷണീയമാം;
പകരും ഹേതുഗുണങ്ങൾ വസ്തുവിൽ (യുഗ്മകം) 142

അജനായ പിതാമഹൻ മഹാൻ
നിജകാന്താമൃതി കണ്ടു ഖിന്നനായ്
രുജയാർന്നു മരിച്ചു തല്കുല-
പ്രജയിൽ തദ്ഗുണശൈലിയും വരാം. 143

അതിനില്ല വികല്പമിപ്പൊഴും
ക്ഷിതിപൻ മൽപ്രണയൈകനിഷ്ഠനാം
പതിയാ വിരഹം മഥിക്കിലും
രതിയും രാഘവനോർക്കിലന്യയിൽ 144

പ്രിയനാദ്യവിയോഗവേളയിൽ
സ്വയമുന്മാദമിയന്നു രാഗവാൻ
ജയമാർന്നു മടങ്ങി വീണ്ടുമുൾ-
പ്രിയമെന്നിൽ തെളിയിച്ചു നാൾക്കുനാൾ. 145

അതു പാർക്കുകിലിപ്പൊഴെത്രയി-
പ്പുതുവേർപാടിൽ വലിഞ്ഞിടാം നൃപൻ
അതിമാനിനി ഞാൻ സഹിക്കുമി-
സ്ഥിതിയസ്സാനുശയൻ പൊറുക്കുമോ? 146

അഹഹ! സ്വയമിന്നു പാർക്കിലുൾ-
സ്പൃഹയാൽ കാഞ്ചനസീതയാണുപോൽ
സഹധർമ്മിണി യജ്ഞശാലയിൽ
ഗഹനം സജ്ജനചര്യയോർക്കുകിൽ! 147

അതിസങ്കടമാണു നീതിതൻ-
ഗതി; കഷ്ടം! പരതന്ത്രർ മന്നവർ;
പതി നാടുകടത്തിയെന്നെ, മൽ-
പ്രതിമാരാധകനാവതായ് ഫലം! 148

ഒളിയൊന്നു പരന്നുടൻ കവിൾ-
ത്തളിമത്തിൽ ചെറുകണ്ടകോദ്ഗമം
ലളിതാംഗിയിയന്നു, പൊന്മണൽ-
പുളിനം നെന്മുളപൂണ്ടമാതിരി. 149

ഘനമാമനുകമ്പയിൽ തട-
ഞ്ഞനതിവ്യാകുലമായി നിന്നുടൻ
ജനകാത്മജതന്റെ ചിന്തയാം
വനകല്ലോലിനി പാഞ്ഞു വീണ്ടുമേ. 150

അറിയുന്നിതു ഹന്ത! ഞാൻ വിഭോ!
പുറമേ വമ്പൊടു തന്റെ കൈയിനാൽ
മുറിവമ്പഹമേറ്റു നീതിത-
ന്നറയിൽ പാർപ്പു, തടങ്ങലിൽ ഭവാൻ! 151

ഉരപേറിയ കീഴ്നടപ്പിലായ്
മറയാം മാനവനാത്മവൈഭവം
ചിരബന്ധനമാർന്ന പക്ഷിതൻ-
ചിറകിൻ ശക്തി മറന്നുപോയിടാം. 152

പ്രിയയും ചെറുപൊൻകിടാങ്ങളും
നിയതം കാട്ടിലെഴുന്ന ചേക്കുകൾ
സ്വയമോർത്തുടനുദ്ഗളാന്തനായ്
പ്രിയതൻ കൂട്ടിലുഴന്നിടാം ഭവാൻ. 153

ചിലതിന്നൊലി കേട്ടുമന്തരാ
ചിലതിൻ ഛായകൾ കണ്ടുമാർത്തനായ്
നിലയിൽ ചിറകാട്ടിയും ഭവാൻ
വലയാം ചഞ്ചുപുടങ്ങൾ നീട്ടിയും. 154

തനിയേ നിജ ശയ്യയിൽ ഭവാ-
നനിവാര്യാർത്തികലർന്നുരുണ്ടിടാം
കനിവാർന്നു പുലമ്പിടാം കിട-
ന്നനിശം ഹന്ത! കിനാവു കണ്ടിടാം 155

മരുവാം ദയിതാവിരക്തനായ്
മരുവാം ദുർവ്വിധിയാൽ വിയുക്തനായ്
വരുവാൻ പണി കൃത്യനിഷ്ഠയാൽ
പെരുതാം ത്യാഗമിവണ്ണമാർക്കുമേ. 156

മുടി ദൂരെയെറിഞ്ഞു തെണ്ടിടാം
വെടിയാമന്യനുവേണ്ടി ദേഹവും
മടിവിട്ടു ജനേച്ഛപോലെ, തൻ-
തടി കാത്തൂഴി ഭരിക്ക ദുഷ്കരം. 157

എതിരറ്റ യമാദിശിക്ഷയാൽ
വ്രതികൾക്കും ബഹുമാന്യനമ്മഹാൻ
ക്ഷിതിപാലകധർമ്മദീക്ഷയാർ-
ന്നതിവർത്തിപ്പു സമസ്തരാജകം. 158

കൃതികൾക്കു നെടുംതപസ്സിനാം
ക്ഷിതിവാസം സ്വസുഖത്തിനല്ലതാൻ
എതിരിട്ടു വിപത്തൊടെന്നുമു-
ന്നതി, വിശ്വോത്തരനാർന്നു രാഘവൻ. 159

കൊതിയേറിടുമിന്ദ്രിയങ്ങളെ-
പ്പതിവായ്പ്പോറ്റി നിരാശനായ് സദാ
മൃതിഭീതിയെ നീട്ടിവാഴുമ-
സ്ഥിതി ഞാൻ ജീവിതമെന്നു ചിന്തയാ. 160

അതിമാനുഷശക്തിയെങ്കിലും
യതിയെക്കാൾ യമശാലി രാഘവൻ
ദ്യുതിയേറിയ ധർമ്മദീപമ-
മ്മതിമാൻ മാന്യനെനിക്കു സർവ്വഥാ 161

അതിവിസ്തൃതകാലദേശജ-
സ്ഥിതിയാൽ നീതി വിഭിന്നമാകിലും
ക്ഷിതിനാഥ! പരാർത്ഥജീവികൾ-
ക്കെതിരില്ലാത്ത നിദർശനം ഭവാൻ. 162

ക്ഷുഭിതേന്ദ്രിയ ഞാൻ ഭവാനിലി-
ന്നുപദർശിച്ച കളങ്കരേഖകൾ
അഭിമാനിനിയാം സ്വകാന്തയിൽ
കൃപയാൽ ദേവ! ഭവാൻ ക്ഷമിക്കുക. 163

നിരുപിക്കുകിൽ നിന്ദ്യമാണു മ-
ച്ചരിതം, ഞാൻ സുചരിത്രയെങ്കിലും
ഉരുദുഃഖനിരയ്ക്കു നല്കിനേ-
നിരയായിപ്പലവാറു കാന്തനെ. 164

അതുമല്ലിവൾമൂലമെത്രപേർ
പതിമാർ ചത്തു വലഞ്ഞു നാരിമാർ
അതുപോലെ പിതാക്കൾ പോയഹോ!
ഗതികെട്ടെത്ര കിടാങ്ങൾ ഖിന്നരായ്. 165

അറിവാൻ പണി നീതിസംഗ്രഹം
മറിയാം കാറ്റുകണക്കെയെങ്കിലും
കുറിയിൽ കടുകർമ്മപാകമ-
മ്മുറിവേല്പിച്ചിടുമമ്പുപോലെതാൻ. 166

മതി തീക്ഷ്ണശരങ്ങളേ! ശ്രമം;
ക്ഷതമേലാ മരവിച്ചൊരെന്മനം,
കുതികൊള്ളുക ലോകചക്രമേ!
ഹതയാം സീതയെയിങ്ങു തള്ളുക. 167

ചരിതാർത്ഥതയാർന്ന ദേഹിയിൽ
തിരിയെശ്ശോഭനമല്ല ജീവിതം
പിരിയേണമരങ്ങിൽനിന്നുടൻ
ശരിയായിക്കളിതീർന്ന നട്ടുവൻ. 168

വനഭൂവിൽ നശിപ്പു താൻ പെറും
ധനമന്യാർത്ഥമകന്നു ശാലികൾ
ഘനമറ്റു കിടപ്പു മുത്തുതൻ-
ജനനീശുക്തികൾ നീർക്കയങ്ങളിൽ. 169

തെളിയുന്നു മനോനഭസ്സെനി-
ക്കൊളിവീശുന്നിതു ബുദ്ധി മേൽക്കുമേൽ
വെളിവായ് വിലസുന്നു സിന്ധുവിൽ
കളിയായ് ചെന്നണയുന്നൊരിന്നദി 170

ഇനി യാത്ര പറഞ്ഞിടട്ടെ ഹാ!
ദിനസാമ്രാജ്യപതേ! ദിവസ്പതേ!
അനിയന്ത്രിതദീപ്തിയാം കതിർ-
ക്കനകാസ്ത്രാവൃതനാം ഭവാനു ഞാൻ. 171

സുസിതാംബരനായി വൃദ്ധനായ്
ബിസിനീതന്തുമരീചികേശനായ്
ലസിതസ്മിതനായ ചന്ദ്രികാ-
ഭസിതസ്നാത! മൃഗാങ്ക! കൈതൊഴാം. 172

അതിഗാഢതമസ്സിനെത്തുര-
ന്നെതിരേ രശ്മികൾ നീട്ടി ദൂരവെ
ദ്യുതികാട്ടുമുഡുക്കളേ! പരം
നതി നിങ്ങൾക്കതിമോഹനങ്ങളേ! 173

സ്വയമന്തിയിലും വെളുപ്പിലും
നിയതം ചിത്രവിരിപ്പു നെയ്തുടൻ
വിയദാലയവാതിൽ മൂടുമെൻ-
പ്രിയസന്ധ്യേ! ഭവതിക്കു വന്ദനം. 174

രമണീയവനങ്ങളേ! രണദ്-
ഭ്രമരവ്യാകുലമാം സുമങ്ങളേ!
ക്രമമെന്നി രസിച്ചു നിങ്ങളിൽ
പ്രമദംപൂണ്ടവൾ യാത്രചൊല്വു ഞാൻ. 175

അതിരമ്യബഹിർജ്ജഗത്തൊടി-
ന്നഥവാ വേർപിരിയേണ്ടതില്ല ഞാൻ
ക്ഷിതിയിൽ തനുചേരുമെൻ മനോ-
രഥമിബ്ഭംഗികളോടുമൈക്യമാം. 176

ജനയിത്രി! വസുന്ധരേ! പരം
തനയസ്നേഹമൊടെന്നെയേന്തി നീ
തനതുജ്ജ്വലമഞ്ചഭൂവിലേ-
ക്കനഘേ! പോവതു ഹന്ത! കാണ്മു ഞാൻ. 177

ഗിരിനിർഝരശാന്തിഗാനമ-
ദ്ദരിയിൽ കേട്ടു ശയിക്കുമങ്ങു ഞാൻ
അരികിൽ തരുഗുല്മസഞ്ചയം
ചൊരിയും പൂനിര നിത്യമെന്റെമേൽ. 178

മുകളിൽ കളനാദമാർന്നിടും
വികിരശ്രേണി പറന്നു പാടിടും
മുകിൽപോലെ നിരന്നു മിന്നുമ-
ത്തകടിത്തട്ടിൽ മൃഗങ്ങൾ തുള്ളിടും. 179

അതുമല്ലയി! സാനുഭൂവിലെ-
പ്പുതുരത്നാവലി ധാതുരാശിയും
കുതുകംതരുമെന്നുമല്ലഹോ!
പൊതുവിൽ സർവ്വമതെന്റെയായിടും! 180

സസുഖം ഭവദങ്കശയ്യമേൽ
വസുധേ,യങ്ങനെ ഞാൻ രമിച്ചിടും,
സുസുഷുപ്തിയിൽ-അല്ലയല്ലയെൻ
പ്രസുവേ! കൂപ്പിയുയർന്നു പൊങ്ങിടും! 181

തടിനീജലബിംബിതാംഗിയായ്
ക്ഷമയെക്കുമ്പിടുവോരു താരപോൽ
സ്ഫുടമായ് ഭവദംഘ്രിലീന ഞാ-
നമലേ! ദ്യോവിലുയർന്ന ദീപമാം. 182

പ്രിയരാഘവ! വന്ദനം ഭവാ-
നുയരുന്നൂ ഭുജശാഖ വിട്ടു ഞാൻ
ഭയമറ്റു പറന്നുപോയിടാം
സ്വയമിദ്യോവിലൊരാശ്രയംവിനാ. 183

കനമാന്നെഴുമണ്ഡമണ്ഡലം
മനയും മണ്ണിവിടില്ല താഴെയാം
ദിനരാത്രികളറ്റു ശാന്തമാ-
മനഘസ്ഥാനമിതാദിധാമമാം. 184

രുജയാൽ പരിപക്വസത്ത്വനായ്
നിജഭാരങ്ങളൊഴിഞ്ഞു ധന്യനായ്
അജപൗത്ര! ഭവാനുമെത്തുമേ
ഭജമാനൈകവിഭാവ്യമിപ്പദം! 185

ഉടനൊന്നു നടുങ്ങിയാശു പൂ-
വുടലുത്കമ്പമിയന്നു ജാനകി
സ്ഫുടമിങ്ങനെയോതി സംഭ്രമം
തടവിശ്ശബ്ദവിചാരമിശ്രമായ്:- 186

അരുതെന്തയി! വീണ്ടുമെത്തി ഞാൻ
തിരുമുമ്പിൽ തെളിവേകി ദേവിയായ്
മരുവീടണമെന്നു മന്നവൻ
കരുതുന്നോ? ശരി! പാവയോയിവൾ! 187

അനഘാശയ! ഹാ! ക്ഷമിക്ക! എൻ-
മനവും ചേതനയും വഴങ്ങിടാ;
നിനയായ്ക മറിച്ചു പോന്നിടാം
വിനയത്തിന്നു വിധേയമാമുടൽ. 188

സ്ഫുടമിങ്ങനെ ഹന്ത! ബുദ്ധിയിൽ-
പടരും ചിന്തകളാൽ തുടിച്ചിതേ
പുടവയ്ക്കു പിടിച്ച തീ ചുഴ-
ന്നുടൽ കത്തുന്നൊരു ബാലപോലവൾ. 189

“അന്തിക്കു പൊങ്ങി വിലസീടിന താരജാലം
പന്തിക്കു പശ്ചിമപയോധിയണഞ്ഞു മുങ്ങി
പൊന്തിത്തുടങ്ങിയിതരോഡുഗണങ്ങൾ, സീതേ,
എന്തിങ്ങിതെ”ന്നൊരു തപസ്വിനിയോടിവന്നാൾ. 190

പലവുരുവവൾ തീർത്ഥപ്രോക്ഷണംചെയ്തു താങ്ങി-
ച്ചലമിഴിയെയകായിൽ കൊണ്ടുപോയിക്കിടത്തി:
പുലർസമയമടുത്തൂ കോസലത്തിങ്കൽനിന്ന-
ക്കുലപതിയുമണഞ്ഞൂ രാമസന്ദേശമോടും. 191

വേണ്ടാ ഖേദമെടോ, സുതേ! വരികയെ-
　　ന്നോതും മുനീന്ദ്രന്റെ കാൽ-
ത്തണ്ടാർ നോക്കിനടന്നധോവദനയായ്
　　ചെന്നസ്സഭാവേദിയിൽ
മിണ്ടാതന്തികമെത്തി, യൊന്നനുശയ-
　　ക്ലാന്താസ്യനാം കാന്തനെ-
ക്കണ്ടാൾ പൗരസമക്ഷ, മന്നിലയിലീ-
　　ലോകം വെടിഞ്ഞാൾ സതീ. 192

അനുബന്ധം 1

അർത്ഥസൂചന

1. സുതർ = കുശലവന്മാർ. മാമുനി = വാല്മീകി മഹർഷി. ഗതർ = പോയവർ, അന്ന് = അക്കാലത്ത്. ഉടജാന്തവാടിയിൽ = പർണ്ണശാലയ്ക്കു സമീപമുള്ള തോട്ടത്തിൽ.

   ശ്രീരാമന്റെ അശ്വമേധയാഗത്തിൽ സംബന്ധിക്കുന്നതിനായി വാല്മീകി മഹർഷി കുശലവന്മാരോടുകൂടി അയോദ്ധ്യക്കു പോയി വളരെ ദിവസം കഴിഞ്ഞിരിക്കുന്നു. തപസ്വിനിയായ സീത അപ്രകാരം ശൂന്യപ്രായമായ ആശ്രമത്തിൽ താമസിക്കുന്നു. ഈ അവസ്ഥ സ്വാഭാവികമായി സീതയ്ക്കു ചിന്തയെ ഉദ്ദീപിപ്പിക്കാവുന്നതാണല്ലോ! വൃത്തം വിയോഗിനി.

2. അണിപന്തൽ = മേൽക്കെട്ടി കെട്ടിയ പന്തൽ. പൂവാക = പൂത്തുനില്ക്കുന്ന നെന്മേനി വാക. ഹരിനീലതൃണങ്ങൾ = ഇന്ദ്രനീലം പോലെ നിറമുള്ള പുല്ലുകൾ.

   ആശ്രമവാടിയിൽ സീത പോയിരുന്നത് പൂത്തുനില്ക്കുന്ന നെന്മേനിവാകയുടെ താഴെയുള്ള പച്ചപ്പുല്ലുകളിന്മേലാണെന്നു കവി വിവക്ഷിക്കുകയും സീതയുടെ പൂർവ്വാവസ്ഥയെ സ്മരിച്ചുകൊണ്ട് ആ ആസനഗ്രഹണത്തെ രാജ്ഞിക്കുചിതമായവിധത്തിൽ വർണ്ണിച്ചു സമർത്ഥിക്കുകയും ചെയ്യുന്നു. അലങ്കാരം പരിണാമം അല്ലെങ്കിൽ രൂപകം.

3. അവനീശ്വരി = രാജ്ഞി (സീത). തനിയേ = ഏകാകിനിയായി.

   വലുതായ ചിന്തയിൽ മുഴുകിയിരുന്നതിനാൽ സീത സമയത്തിന്റെ അതിക്രമണവും ആ സമയത്തു താൻ അകലെ ഏകാകിയായിരിക്കുന്നതിന്റെ അനൗചിത്യവും അറിഞ്ഞില്ല.

4. പുളകങ്ങൾ = രോമാഞ്ചങ്ങൾ. കയത്തിൽ = ഹ്രദത്തിൽ (ജലമദ്ധ്യത്തിൽ) ആമ്പലാൽ = വിടരുന്ന ആമ്പൽപ്പൂക്കളാൽ. തെളിയിക്കും = സ്പഷ്ടമായി കാണിക്കുന്ന. തമസാസമീരനിൽ = തമസാനദിയിൽ സഞ്ചരിക്കുന്ന വായുവിൽ. വനരാജി = കാട്ടുമരങ്ങളുടെ സമൂഹം.

തമസാനദിയുടെ തീരത്താണ് വാല്മീകിയുടെ ആശ്രമം. രാത്രിയിൽ ആ നദിയിൽ മന്ദമാരുതൻ ഏറ്റ് ആമ്പൽപ്പൂക്കൾ വിടരുന്നതുകണ്ടാൽ നദി കോൾമയിർകൊള്ളുകയാണോ എന്നു തോന്നും. ആ കാറ്റിൽ മെല്ലെ അലഞ്ഞുനില്ക്കുന്ന ഈ വനരാജിയിൽ ധവളവർണ്ണമായ ചന്ദ്രിക വ്യാപിച്ചിരിക്കുന്നതു കണ്ടാൽ കാടുമുഴുവൻ വെള്ളികൊണ്ടു വാർത്തതാണോ എന്നു തോന്നും. ഈ ശീതളമായ കാറ്റും ചന്ദ്രികയും സീതയുടെ വെളിയിലുള്ള ആ ഇരുപ്പിനെ ദീർഘതരമാക്കാൻ അനുകൂലിക്കുന്നു എന്നു താല്പര്യം. അലങ്കാരം പൂർവ്വാർദ്ധത്തിൽ ഗമ്യവും ഉത്തരാർദ്ധത്തിൽ വാച്യവുമായ സ്വരൂപോൽപ്രേക്ഷ.

5. ഘനവേണി = മേഘം പോലെ കറുത്ത തലമുടിയുള്ളവൾ. പതിയും = പറ്റുന്ന. തൈജസകീടപംക്തി = മിന്നാമിനുങ്ങുകൾ എന്നു താല്പര്യം.

സമീപത്തുള്ള കാട്ടുമുല്ലകളിൽനിന്നു കാറ്റിൽ പറന്നുവരുന്ന പുഷ്പങ്ങൾ പോലെ മിന്നാമിനുങ്ങുകൾ ദേവിയുടെ തലയിൽ പറന്നു പറ്റിക്കൊണ്ടിരിക്കുന്നു. ഇത് സീതയുടെ നിസ്സംജ്ഞതയെ ദ്യോതിപ്പിക്കുന്നു. അലങ്കാരം ഉപമ.

6. പുരിവാർകുന്തളരാജി = സീതയുടെ കേശപാശം. തരുവാടി = മരത്തോട്ടം. താരാപഥഭാഗം = നക്ഷത്രങ്ങളോടുകൂടിയ ആകാശമണ്ഡലത്തിന്റെ ഏകദേശമെന്നു താല്പര്യം. മുൻപറഞ്ഞ അലങ്കാരം ഇതിൽ അനുവർത്തിക്കുന്നു. ഈ രണ്ടു പദ്യങ്ങളും കൊണ്ടു സീതയുടെ ആ വനഭാഗത്തിലുള്ള ഇരിപ്പും പര്യന്താവസ്ഥയും കവി വെളിപ്പെടുത്തുന്നു.

7. ഉടയാടത്തളിർ = തളിരുപോലെയുള്ള ഉടയാട (ചേല). വിടപങ്ങൾ = ശാഖകൾ.

8. വിരിയാതെ = ചലിക്കാതെ. പരുഷാളകം = എണ്ണ തേക്കാത്തതിനാൽ പരുപരുത്ത കുറുനിരക്കൂട്ടം.

9. ആനതമേനി = സ്വഭാവേന കുറഞ്ഞൊന്നു വളഞ്ഞ ശരീരമുള്ളവൾ. തെന്നൽ = ഇളംകാറ്റ്.

മേല്പറഞ്ഞ മൂന്നു പദ്യങ്ങളെക്കൊണ്ട് ക്രമേണ ദേവിയുടെ ഇരിപ്പും ഉടുപ്പും മുഖഭാവവും ധ്യാനാനുകൂലമായ ശരീരാവസ്ഥയും കവി വർണ്ണിക്കുന്നു. ഒൻപതാമത്തെ പദ്യത്തിന്റെ ഉത്തരാർദ്ധത്തിൽ സൂചിപ്പിക്കുന്ന ശ്വാസങ്ങളുടെ ഗതിക്രമങ്ങൾ ആന്തരമായ വിചാര

ധാരയുടെ ഗതിവൈചിത്ര്യത്തെ വിശേഷിച്ചും ദ്യോതിപ്പിക്കുന്നു. മൂന്നു പദ്യത്തിലും അലങ്കാരം സ്വഭാവോക്തി.

10. നിലയെന്നിയെ = അഗാധമായും അസ്ഥിരമായും. അകത്ത് = ഹൃദയത്തിൽ. അലതല്ലുന്ന = തിര അടിക്കുന്ന. ഭാവം = ശോകനിർവ്വേദാദി വസ്തുവെന്നും. കവിൾത്തടങ്ങളിൽ = കവിളുകളിൽ, കവിളാകുന്ന തീരങ്ങളിലെന്നും. അലങ്കാരം ശിഷ്ട പരമ്പരിതരൂപകം.

11. വിചാരഭാഷയിൽ = വിചാരമാകുന്ന ഭാഷകൊണ്ട്; സ്വഗതമായിട്ട് എന്നു താല്പര്യം. മഹാമനസ്വിനി = അതിധീരയായ സീത; ഇത്രയും പദ്യങ്ങൾകൊണ്ട് പ്രസ്തുതത്തെ കവി അതരിപ്പിക്കുന്നു.

12. വിരയുന്നു = ഉഴലുന്നു. ലോകരഹസ്യം = ജീവിതത്തിന്റെ ആദ്യന്തങ്ങളും ഉദ്ദേശ്യവും എന്നും താല്പര്യം.

13. തിരിയും = ചലിക്കും. രസബിന്ദു = രസമെന്ന ധാതുദ്രവ്യത്തിന്റെ തുള്ളി. ആർത്തി = ഉൽക്കണ്ഠ.

രസബിന്ദുവും നെന്മണിയും എന്നുള്ള രണ്ടുപമാനവും യഥാക്രമം ഹൃദയത്തിന്റെ അഗാധവും ഉത്താനവുമായ വികാരഭേദങ്ങളെയും അവയുടെ നൈരന്തര്യത്തെയും നിർദ്ദേശിക്കുന്നു.

14. ഭുവനത്തിന് = ഭോഗയോഗ്യമായ ബാഹ്യലോകത്തിന്. മോടി = കൃത്രിമഭംഗി. കൂട്ടും = വർദ്ധിപ്പിക്കുന്ന. സുഖകാലങ്ങൾ = ഭർത്താവൊരുമിച്ചു സുഖമായി കഴിഞ്ഞ കാലങ്ങൾ എന്നു താല്പര്യം. ധൂർത്ത് = വഞ്ചന. മുഖഹാസങ്ങൾ = മുഖത്തെച്ചിരികൾ, കള്ളപ്പുഞ്ചിരികൾ, എന്നു താല്പര്യം. മാഞ്ഞത് = പെട്ടെന്നു കഴിഞ്ഞുപോയത്.

ഈ ശ്ലോകം നായികയ്ക്ക് ഭോഗങ്ങളിലുള്ള അവിശ്വാസത്തെയും വെറുപ്പിനെയും ദ്യോതിപ്പിക്കുന്നു.

15. തരു = വൃക്ഷം. പത്രം = ഇല. ഇതിലെ പൂർവ്വാർദ്ധംകൊണ്ടു ഭൂമിയുടെയും ഉത്തരാർദ്ധംകൊണ്ടു ഉദ്ഭിജ്ജലോകത്തിന്റെയും നിയതവും അസ്ഥിരവുമായ സുഖദുഃഖാവസ്ഥകളെ സൂചിപ്പിക്കുന്നു.

16. മൃഗാദിജന്തു = മനുഷ്യനൊഴികെയുള്ള ജന്തുക്കൾ. പഴുത് = ദ്വാരം. എത്തിയാൽ = അനുഭവമായാൽ. ദ്രുതം = വേഗത്തിൽ. കഴിയാം = വിട്ടുപോയേക്കാം. അത് = അഴൽ. മാനഹേതുവായിൽ = ആത്മാഭിമാനമുള്ളതുകൊണ്ട്. ഒഴിയാത്ത ആർത്തി = തീരാത്ത ദുഃഖം.

ദുഃഖം ജന്തുക്കൾക്കും വൃക്ഷലതാദികൾക്കും ഭൂമിക്കുകൂടിയും ഒരു പ്രകാരത്തിൽ സാധാരണമാണെങ്കിലും അവയ്ക്ക് അതു അസ്ഥിരവും ആത്മാഭിമാനമുള്ള മനുഷ്യവർഗ്ഗത്തിനു സ്ഥിരവും ആണെന്ന് ഈ രണ്ടു പദ്യങ്ങൾകൊണ്ട് കവി വിവക്ഷിക്കുന്നു. ഇതിൽനിന്ന് നായികയ്ക്ക് അപ്പോഴുമുള്ള മാനഭംഗം നിമിത്തമായ ഹൃദയശല്യവും ശോകവും വെളിവാകുന്നു.

17. സ്ത്രീകൾക്ക് ഇടതുഭാഗം തുടിക്കുന്നതു പ്രിയസമാഗമ സൂചകമാ

ണെന്നു പ്രസിദ്ധമാണ്. ആ ശുഭനിമിത്തത്തിൽ തനിക്കുള്ള വിരക്തിയെ സീത പുഴുപോലെ എന്നു നീചോപമകൊണ്ടു വെളിപ്പെടുത്തുന്നു. താൻ മനസ്സുകൊണ്ടു സുഖഭോഗങ്ങളെ നിശ്ശേഷം വെടിഞ്ഞുകഴിഞ്ഞിരിക്കയാൽ ഈ നിമിത്തം നിഷ്ഫലമെന്നും സീത വിചാരിക്കുന്നു. ശ്രീരാമൻ കുശലവന്മാരിൽനിന്നു രാമായണകഥ പാടിക്കേട്ട് സീതയെ സ്മരിക്കുകയും വാല്മീകിയുടെ ആശ്രമത്തിൽ തപസുചെയ്യുന്ന തന്റെ ആ മഹിഷിയെ തിരിയെ വിളിക്കാൻ വിചാരിക്കുകയും ചെയ്യുന്ന സന്ദർഭമാണ് ഈ ശ്ലോകത്തിൽ സൂചിപ്പിച്ചിരിക്കുന്നത്. അടുത്ത ശ്ലോകത്തിൽ അതിനെ വിവരിക്കുന്നു.

18. മുനി = വാല്മീകി. മനോജ്ഞകാവ്യം = മനോഹരമായ *വാല്മീകി രാമായണം.* അനുതാപം = പശ്ചാത്താപം.

19. പതിരാഗജങ്ങൾ = ഭർത്തൃസ്നേഹത്തിൽനിന്നുണ്ടാകുന്നവ. പ്രിയഭാവങ്ങൾ = അനുകമ്പാനുമോദാദി ചിത്തവൃത്തികൾ. തുലയുക = നിശ്ശേഷം നശിച്ചുപോക. ചിന്തയിൽ = ഹൃദയത്തിൽ. ഊന്നുക = ബലമായി പതിയുക. പ്രതിശബ്ദം = പ്രതിദ്ധ്വനി.

അനുരാഗവിഷയകമായ ചിത്തവൃത്തികളിലുള്ള അനാസ്ഥയെ ഈ ശ്ലോകത്തിൽ സൂചിപ്പിക്കുന്നു. അടുത്ത പദ്യത്തിൽ ആ മാനസികാവസ്ഥയെ വിവരിച്ചു സ്പഷ്ടതരമാക്കുന്നു.

20. ക്ഷണമാത്രവിയോഗം = അല്പനേരത്തെ വേർപാടുപോലും. ഉൾത്തടം = ഹൃദയം. വ്രണമാക്കുംപടി = മുറിക്കത്തക്കത്. വാച്ചത് = വർദ്ധിച്ചത്. അണലിപ്പാമ്പ് = ഒരുവക പാമ്പ്. പ്രണയം = സ്നേഹം, വിരുദ്ധവികാരങ്ങളാൽ സ്തബ്ധമായിത്തീർന്ന പ്രണയത്തെ ബീഭത്സമായ പാമ്പിനോടുപമിച്ചിരിക്കുന്നു.

21. ഭാവങ്ങൾ = ഔൽസുക്യസ്മത്യാദികൾ

22. വെണ്മതി = സാക്ഷാൽ രാമചന്ദ്രൻ. സ്മൃതിദർപ്പണം = സ്മൃതിയാകുന്ന കണ്ണാടി. രാമചന്ദ്രൻ ഇപ്പോൾ ഓർമ്മയിൽമാത്രം നിഴലിക്കുമാറായിരിക്കുന്നു.

23. വ്രതചര്യ = വ്രതാനുഷ്ഠാനം. ആത്മവിദ്യ = തത്വജ്ഞാനാഭ്യാസം. അഴൽ = സാധാരണദുഖങ്ങൾ. അവമാനശല്യം = അവമാനിച്ചതിനാലുള്ള വേദന.

തപസ്സുകൊണ്ടും ശാസ്ത്രജ്ഞാനംകൊണ്ടും സിദ്ധിച്ച വിവേകശക്തിയാൽ സാംസ്കാരികമായ സകല ദുഃഖങ്ങളും വിസ്മൃതപ്രായമായി എങ്കിലും ഭർത്താവ് തന്നെ അപമാനിച്ചതിനാലുള്ള വേദനയെ മറക്കാൻ കഴിയുന്നില്ല എന്നു താല്പര്യം.

24. അന്ന് = കാട്ടിൽ പരിത്യജിച്ച കാലത്ത്. നിഷ്ക്രിയ = പ്രതിക്രിയ. ത്യാഗാനന്തരം പുത്രന്മാരിൽ നിന്നുളവായ സുഖത്തെ സീത സ്മരിക്കുന്നു.

25. അർഭകർ = കുട്ടികൾ. മനുഷ്യജീവിതത്തെ ഒരു ദീർഘ രോഗമായും സന്താന സൗഖ്യം സ്വല്പം മാത്രം ആശ്വാസം നല്കുന്ന ഒരു ഔഷധമായും സീത സങ്കല്പിക്കുന്നു. അവരെക്കൂടി വെടിഞ്ഞു ജീവിച്ചിരിക്കുന്നതു ദുസ്സഹമെന്ന് ഇതിൽനിന്നു ധ്വനിക്കുന്നു. ഈ അഭിപ്രായത്തെത്തന്നെ താഴെ തുടർന്നു വിവരിക്കുന്നു.

26. സ്ഫുടതാരകൾ = തെളിഞ്ഞ നക്ഷത്രങ്ങൾ. കൂരിരുട്ടിൽ = ചന്ദ്രനില്ലാത്ത രാത്രിയിൽ എന്ന് താല്പര്യം. വിശേഷങ്ങൾ കൊണ്ടു സാമാന്യത്തെ സമർത്ഥിക്കുന്നു. അലങ്കാരം അർത്ഥാന്തരന്യാസം.

27. നിയതി = വിധി. സുഖദുഃഖങ്ങളുടെ പരസ്പരാനുവർത്തനത്തെയും നിയതിയുടെ മാതൃഭാവത്തെയും ഈ പദ്യംകൊണ്ട് സൂചിപ്പിക്കുന്നു.

28. വിഷമങ്ങൾ = ദുർഗ്ഗമങ്ങൾ. മുൻശ്ലോകത്തിലെ അഭിപ്രായത്തെ ഈ പദ്യത്തിൽ തുടർന്നു വർണ്ണിച്ചിരിക്കുന്നു.

29. ഏകമാം = ഒരേ ഒരു ഭാവം മാത്രമായിരിക്കാം. മഹാമതിമത്തുകൾ = മഹാത്മാക്കളായ ജ്ഞാനികൾ.

ഒരേ മനോഭാവംതന്നെ നിമിത്തഭേദങ്ങളെ ആശ്രയിച്ച് സുഖദുഃഖങ്ങളായി പരിണമിച്ചേക്കാം. അതുകൊണ്ട് യഥാർത്ഥത്തിൽ അവ തോന്നൽമാത്രമായും ഇരുന്നേക്കാം; അതുകൊണ്ടായിരിക്കാം മഹാത്മാക്കൾ സുഖദുഃഖങ്ങളിൽ തുല്യഭാവനയോടെ വർത്തിക്കുന്നതായി കാണപ്പെടുന്നത് എന്നു താല്പര്യം.

30. വിനയാർന്ന സുഖം = ദുഃഖപര്യവസായിയായ സുഖമെന്നു താല്പര്യം. ഈർഷ്യ = ഗുണാസഹിഷ്ണുത.

സുഖത്തെത്തുടർന്ന് ദുഃഖം വരുത്തുന്നത് വിധിക്കു മനുഷ്യനോടുള്ള അസഹിഷ്ണുത കൊണ്ടാണെന്നു സിദ്ധവല്ക്കരിച്ചിട്ട് സീത സുഖത്തെ വെറുക്കുകയും ദുഃഖത്തെ വരിക്കുകയും ചെയ്യുന്നു. മുൻപദ്യത്തിൽ സൂചിപ്പിച്ച മഹാത്മാക്കളുടെ മനഃസ്ഥിതി തനിക്കു സിദ്ധിച്ചിട്ടില്ലാത്തതിനാൽ ദുഃഖനിവൃത്തിക്കായി ഈ ഉപായം സ്വീകരിച്ചതാണെന്നു താല്പര്യം.

31. ഏതു ദുഃഖവും ക്രമേണ സഹ്യമായിത്തീരുകയും സുഖമായി പരിണമിക്കുകയും ചെയ്യാമെന്ന് ഈ പദ്യത്തിൽ സീത നിർണ്ണയിക്കുന്നു.

32. ശുഭാശുഭങ്ങൾ = സുഖദുഃഖങ്ങൾ. വിശ്രാന്തി = വിശ്രമം. ഇരുപക്ഷം = കറുത്തപക്ഷവും വെളുത്തപക്ഷവും.

ആത്മാവ് മാറിമാറി വരുന്ന ഒഴിയാത്ത സുഖദുഃഖാനുഭവങ്ങളോടുകൂടി, ശുക്ലകൃഷ്ണപക്ഷങ്ങളിൽ വൃദ്ധിക്ഷയങ്ങളോടുകൂടിയ ചന്ദ്രനെന്നപോലെ, എന്നും ഈ ലോകത്തിൽ ഉഴന്നുകൊണ്ടിരിക്കുമായിരിക്കാം.

33. മോഹം = സൃഷ്ടിരഹസ്യത്തെ മറച്ചു നില്ക്കുന്ന അജ്ഞാനം. ജീവി = ആത്മാവ്.

34. സുഖദുർഗ്ഗം = മോക്ഷസുഖത്തിന്റെ കോട്ട. കൈ = ഈശ്വരശക്തി എന്നർത്ഥം. വ്യഥയാംവഴിയുടെ = ദുഃഖമാകുന്ന എളുപ്പമാർഗ്ഗത്തിലൂടെ. അമ്പിനാൽ = കാരുണ്യത്താൽ.

32-ാമത്തെ പദ്യംകൊണ്ട് ആത്മാവിന് സംസാരം നിത്യമായിരിക്കാമെന്നും 33-ാമത്തേതുകൊണ്ടു പ്രകൃത്യാതന്നെ ഒരിക്കൽ മോക്ഷം വന്നേക്കാമെന്നും പ്രകൃതപദ്യംകൊണ്ട് ദുഃഖമാർഗ്ഗത്തിലൂടെ പതിപക്വമായ ആത്മാക്കൾക്ക് ഈശ്വരൻ ശീഘ്രത്തിൽ ഗതി നല്കിയേക്കാമെന്നും സീത ശങ്കിക്കുന്നു.

35. വിന = ദോഷം. മുൻപറഞ്ഞ പദ്യംകൊണ്ടു തനിക്കു വന്ന കഷ്ടത തന്റെ ഭാവിനന്മയ്ക്കായിരിക്കുമെന്നു സിദ്ധവല്ക്കരിച്ചുകൊണ്ട് അതിൽ ആദ്യം തോന്നിയ വൈമനസ്യം മനസ്സിന് സഹജമായുള്ള ഭീരുതകൊണ്ടാണെന്ന് ഈ പദ്യത്തിൽ സമർത്ഥിക്കുന്നു. അലങ്കാരം ഉപമ.

36. സ്ഫുടമാക്കി = തുറന്നു പറഞ്ഞു. മന്നവൻ = ശ്രീരാമൻ. വെടിവാൻ = കാട്ടിൽ ഉപേക്ഷിച്ചുകളയാൻ.

ലക്ഷ്ണൻ രാമന്റെ ശാസനത്തെ കാട്ടിൽവച്ച് വെളിപ്പെടുത്തിയപ്പോൾ സീതയ്ക്ക് പെട്ടെന്നുണ്ടായ അവസ്ഥ ഈ പദ്യത്തിൽ വർണ്ണിച്ചിരിക്കുന്നു.

37. മൃതി = മരണം. വേണ്ടുകിലും = ആവശ്യപ്പെട്ടു എങ്കിലും. സ്വഹത്യയിൽ = ആത്മഹത്യചെയ്യുന്ന കാര്യത്തിൽ. മതി = ബുദ്ധി. ഗർഭചിന്ത = സന്തതിയെക്കുറിച്ചുള്ള വിചാരം. അതിവിഹ്വല = ഏറ്റവും പരവശ. ഹതി = ദുർവിധി പ്രഹരണം. മുമ്പാർന്നതഴമ്പ് = മുൻപേ ഉണ്ടായ വിരഹദുഃഖത്തിന്റെ തഴമ്പ്.

38. ഉന്മാദം = ചിത്തഭ്രമം. അതിനാൽ = ചിത്ത ഭ്രമത്താൽ. അതിഭാരം = ദുസ്സഹമായ ഭാരം

ശോകത്തിന്റെ ദുസ്സഹത നീങ്ങാനായി ഞാൻ ചിത്തഭ്രമത്തെക്കൂടി പ്രാർത്ഥിച്ചിരുന്നു എന്നു താല്പര്യം.

39. ആ വ്യാധി = ആ ചിത്തഭ്രമരോഗം. കരണക്ഷതി = ഇന്ദ്രിയ വൈകല്യം. അലങ്കാരം = അർത്ഥാന്തരന്യാസം.

40. നിനയാ = ആഗ്രഹിക്കയില്ല. ഗുണപുഷ്പവാടി = ഗുണങ്ങളാകുന്ന പുഷ്പങ്ങൾക്ക് ആരാമം പോലെയിരിക്കുന്ന തന്റെ ബുദ്ധി എന്നു താല്പര്യം. കാട്ടുകുരങ്ങ് = കാട്ടുകുരങ്ങുപോലെയുള്ള ആ ബുദ്ധി ഭ്രമം. വിണ്ട വേണു = പിളർന്നു ദ്വാരം വീണ മുള.

കാട്ടിലെ കാറ്റേറ്റ ദ്വാരമുള്ള മുളകൾ സദാ ശബ്ദിക്കുന്ന പോലെ നിയമമില്ലാതെ എന്തെങ്കിലും പുലമ്പിക്കൊണ്ടിരിക്കുന്ന ദയനീയ

മായ ഉന്മാദാവസ്ഥ എന്നു താല്പര്യം. അലങ്കാരം രൂപകാതിശയോക്തി, ഉപമ, പര്യായോക്തി ഈ അലങ്കാരങ്ങൾക്കു സംസൃഷ്ടി.

41. സ്പഷ്ടം.

42. അഘം = പാപം. ചരിയാതെ = ചായാതെ. ശുഭം = മംഗളം. കുലത്തിന് = സൂര്യകുലത്തിനു സന്താനലാഭമുണ്ടായി എന്നു താല്പര്യം. ഇപ്പരിപാകം = സീതയ്ക്കു സ്വതേതന്നെ ബോദ്ധ്യമുള്ള ആത്മാവിന്റെ പരിപക്വാവസ്ഥ.

43. കാർ = മേഘങ്ങൾ. ദുഃഖസ്മരണകൾ എന്നു താല്പര്യം. ഹൃദയാങ്കണങ്ങൾ = വിചാരശക്തിയുടെ പുരോഭാഗങ്ങൾ. ഹൃദയത്തിന്റെ മുറ്റങ്ങൾ എന്നും. ഈയൽ = മഴപ്പാറ്റകൾ.

പെട്ടെന്ന് ഹൃദയം പൂർവ്വസ്മരണകളാൽ അധികമധികം വ്യാകുലമായിത്തീരുന്നതിനെ ഈ പദ്യത്തിൽ വർണ്ണിച്ചിരിക്കുന്നു.

44. സ്മൃതിധാര = സ്മരണയുടെ പ്രവാഹം. ഉപേക്ഷ = തടസ്സാവസ്ഥ. തമോവൃതി = തമസ്സിന്റെ മറവ്. സ്ഫുരിക്ക = പ്രകാശിക്ക. ഋതു = വസന്താദി.

മുൻപദ്യത്തിൽ പറഞ്ഞ പൂർവ്വസ്മരണകളുടെ ആവിർഭാവത്തെ ഇതിൽ വിവരിച്ചിരിക്കുന്നു. അലങ്കാരം ഉപമ.

45. അകംഞെരിയും = ഉള്ളു വിള്ളുന്നോ എന്നു തോന്നുംവണ്ണം ദുസ്സഹവിചാരം നിറഞ്ഞു.

സീതയെ കാട്ടിൽവിട്ടു യാത്ര പറയുന്ന ലക്ഷ്മണന്റെ തൽക്കാലാവസ്ഥയെ ഇതിൽ ഉല്ലേഖിച്ചിരിക്കുന്നു. അലങ്കാരം ഉപമ. ഉൽപ്രേക്ഷാസ്വഭാവോക്തികൾക്ക് അംഗാംഗിഭാവസങ്കരം.

46. അതിധീരൻ = ഏറ്റവും ധൈര്യമുള്ളവൻ. അമേയശക്തി = മഹാപരാക്രമി. അമ്മതിമാൻ = ബുദ്ധിമാനായ ലക്ഷ്മണൻ.

ശക്തനും യോഗ്യനും നിത്യപരിചിതനുമായ ലക്ഷ്മണൻ തന്നെ അത്ര ദുഃഖാവിഷ്ടനായതിൽനിന്ന് ഞാൻ നിർദ്ദോഷിയെന്ന് തെളിയുകയാൽ എന്റെ ശോകാവേഗം കുറേ കുറഞ്ഞു എന്നു താല്പര്യം. അലങ്കാരം പരികരകാവ്യലിംഗങ്ങൾക്കു സങ്കരം.

47. വനപത്തനഭേദചിന്ത = കാടെന്നും വീടെന്നുമുള്ള വിചാരം. അനഘൻ = പരിശുദ്ധൻ. തമ്പി! = അനുജ!

ഇതുമുതൽ തുടർന്ന് ഏഴു പദ്യങ്ങളെക്കൊണ്ട് ലക്ഷ്മണന്റെ സ്വഭാവിശേഷത്തെയും യോഗ്യതയെയും അദ്ദേഹത്തിൽ സീതയ്ക്കുള്ള വാത്സല്യാതിശയത്തെയും മറ്റും വർണ്ണിക്കുന്നു.

48. ഗിരികാനനഭംഗി = മലകളുടെയും കാടുകളുടെയും ശോഭ. പരിചര്യാവ്രതനിഷ്ഠ = ശുശ്രൂഷാവ്രതത്തിലുള്ള സ്ഥിരത. അലങ്കാരം കാവ്യലിംഗം.

49. മറിച്ചും = എന്നിൽ കുറ്റം ആരോപിച്ചും. കുടിലം = വിഷമം. കർമ്മ വിപാകം = കർമ്മഫലം.

പഞ്ചവടിയിൽവച്ച് ലക്ഷ്മണൻ സീതയെ ഒടുവിൽ പിരിഞ്ഞുപോയത് അദ്ദേഹം തന്നിൽ അനുരക്തനാണെന്നു ശങ്കിച്ചു കൊള്ളിവാക്കു പറഞ്ഞതു കേട്ടിട്ടായിരുന്നു. ലങ്കാവാസം കൊണ്ട് തനിക്കു പാതിവ്രത്യഭംഗം വന്നതായി ശങ്കിക്കപ്പെട്ട സീതയെ കാട്ടിൽ നാടുകടത്തുകയാണ് ഇപ്പോൾ ലക്ഷ്ണൻ ചെയ്യുന്നത്. നിർദ്ദോഷികളിൽ കുറ്റം ആരോപിക്കുന്നതിന്റെ പാപഫലം സ്വയം ഒരിക്കൽ അനുഭവമായിത്തീരുമെന്ന് സീത ഇതിൽനിന്നു മനസ്സിലാക്കുന്നു. അലങ്കാരം അർത്ഥാന്തരന്യാസം.

50. അനിയന്ത്രിതം = അനിവ്വാര്യം. കുമാർഗ്ഗം = ദുർമ്മാർഗ്ഗം. അലങ്കാരം കാവ്യലിംഗം.

51. കര = അതിര്

52. വെമ്പൽ = ഉൽക്കണ്ഠ. കൂറ് = സ്നേഹം.

ലങ്കയിൽവച്ച്, ലക്ഷ്മണനും ഇന്ദ്രജിത്തുമായി ഭയങ്കരമായ യുദ്ധം നടന്നുകൊണ്ടിരിക്കുമ്പോൾ പ്രതിക്ഷണം വർദ്ധിച്ചുകൊണ്ടിരുന്ന തന്റെ ഉൽക്കണ്ഠയാലാണ് ഭർത്തൃസഹോദരനായ അദ്ദേഹത്തിലുള്ള സ്നേഹത്തിന്റെ അഗാധതയെ സീത പൂർണ്ണമായി മനസ്സിലാക്കിയതെന്നു താല്പര്യം.

53. മുനി = വാല്മീകി. കാട്ടിടും = ശ്രീരാമന്റെ മുമ്പാകെ കാണിക്കുന്ന. അനസൂയവിശുദ്ധം = അസൂയ ഇല്ലാത്തതുകൊണ്ട് പരിശുദ്ധമായിരിക്കുന്നത്. ആനന്ദസരിത്ത് = ആനന്ദമാകുന്ന നദി.

54. ഇത് ശ്രീരാമൻ കുശ-ലവന്മാരെ പുത്രന്മാരാണെന്ന് ആ ദിവസം അറിഞ്ഞതായി സങ്കല്പിച്ചുകൊണ്ട് സീത നിർദ്ദേശിക്കുന്നതാകുന്നു. അലങ്കാരം, കാവ്യലിംഗരൂപകങ്ങൾക്കു സംസൃഷ്ടി.

സീത സമാഗമം തീരെ കാംക്ഷിക്കുന്നില്ലെന്ന് ഇതിൽനിന്ന് വീണ്ടും വ്യക്തമാകുന്നു.

55. ഉറയും = പറ്റും.

ലക്ഷ്മണൻ പിരിഞ്ഞുപോയതിൽ പിന്നെ സീതയ്ക്കുണ്ടായ ദുഃഖമൂർച്ഛയേയും ആ അവസ്ഥയുടെ സ്വഭാവത്തെയും മറ്റും ഇതു മുതൽ 58 വരെയുള്ള പദ്യങ്ങളെക്കൊണ്ടു വർണ്ണിച്ചിരിക്കുന്നു. അലങ്കാരം, ഉപമാസ്വഭാവോക്തികളുടെ സങ്കരം.

56. അസ്ഥിതി = മൂർച്ഛാവസ്ഥ. അലങ്കാരം ഉൽപ്രേക്ഷ.

57. പക = വൈരം. തമസ്സ് = മൂർച്ഛ. അലങ്കാരം സ്വഭാവോക്തിരൂപകങ്ങളുടെ സങ്കരം.

58. അലസാംഗം = കോമളമായ ശരീരം. ഘനഗർഭദുർവഹം = പൂർണ്ണ

ഗർഭത്താൽ ഭാരമേറിയത്. കണ്ടകാകുലം = മുള്ളുകൾ നിറഞ്ഞത്. കീടം = പുഴു.

സീത മൂർച്ഛയെ ഇങ്ങനെ സ്തുതിക്കുന്നതിൽനിന്ന് അതിന്റെ അടുത്ത അവസ്ഥയായ ദേഹത്യാഗത്തെ വരിക്കാൻ പോകുന്നു എന്നു ധ്വനിക്കുന്നു.

59. പെരുമാരി = കാലവർഷം. ശരത്ത് = ശരല്ക്കാലം. പരം = അനന്തരം. പരവിദ്യാനിധി = വേദാന്തശാസ്ത്രകുശലനായ വാല്മീകി എന്നു താല്പര്യം.

പരിത്യക്തയായ സീത കാട്ടിൽ മൂർച്ഛിച്ചുകിടക്കുമ്പോൾ വാല്മീകി അവിടെ എത്തിയ സംഭവം ഇതിൽ വർണ്ണിച്ചിരിക്കുന്നു. അലങ്കാരം ഉപമാപര്യായോക്തികളുടെ സംസൃഷ്ടി.

തനിക്കുണ്ടാകാൻപോകുന്ന ആദ്ധ്യാത്മികമായ സംസ്കാരാതിശയത്തെയും തജ്ജന്യമായി ജീവിതത്തിനുണ്ടാകുന്ന മാറ്റത്തെയും ഈ പദ്യം സ്പഷ്ടമായി സൂചിപ്പിക്കുന്നു.

60. അകളങ്കം = കളങ്കം കൂടാതെ. പിതൃപ്രിയൻ = പിതാവായ ജനകരാജാവിന്റെ ഇഷ്ടൻ.

ജനകനും വാല്മീകിയും ഒരുപോലെ വേദാന്തപാരംഗതന്മാരും മിത്രങ്ങളുമായിരുന്നു എന്നു പ്രസിദ്ധമാണ്.

61. മതിമേൽ = ബുദ്ധിവൃദ്ധിയിൽ. മൃഗതൃഷ്ണ = മരുമരീചിക (കാനൽ ജലം). ശാന്തി = നിർവ്വികാരാവസ്ഥ.

പ്രപഞ്ചം ബുദ്ധിയിൽ കാനൽ ജലം പോലെയുള്ള ഒരു തോന്നൽ മാത്രമാണെന്നും അതിനെ അറിഞ്ഞ് സുഖദുഃഖങ്ങളിൽ അശേഷം മമതാ ബന്ധം കൂടാതെ എല്ലാം വിസ്മരിച്ച് വികാരരഹിതമായിരിക്കുന്ന ആത്മാവസ്ഥയാണ് മോക്ഷമെന്നും യുക്ത്യനുഭവങ്ങൾക്കൊത്തവണ്ണം എന്നോട് പറഞ്ഞ് മഹർഷി ആശ്വാസപ്പെടുത്തിയെന്നു താല്പര്യം.

62. വാല്മീകിയുടെ ആശ്രമത്തിൽ ചെന്നപ്പോൾ സീതയ്ക്കു സ്വയമേ തോന്നിയ ആശ്വസത്തെ ഇങ്ങനെ വർണ്ണിച്ചിരിക്കുന്നു. നഗരവാസത്തിലെ ക്ലേശങ്ങളിൽനിന്നു തനിക്കു മോചനം ലഭിച്ചതായി തോന്നി എന്നു സാരം. അലങ്കാരം സന്ദേഹം.

63. സ്വകപോലവെളിച്ചം = തങ്ങളുടെ കവിൾത്തടത്തിന്റെ പ്രകാശം. മുനീന്ദ്രയോഷമാർ = താപസസ്ത്രീകൾ. ഉടജം = പർണ്ണശാല.

തന്നെ യാതൊരുപ്രകാരമുള്ള ഈർഷയോടുംകൂടാതെ സ്വീകരിച്ച നിർമ്മലസ്വഭാവികളായ താപസസ്ത്രീകളുടെ മാഹാത്മ്യത്തെ ഇതു മുതൽ 71-വരെയുള്ള പദ്യങ്ങളെക്കൊണ്ട് സീത അനുസ്മരിക്കുന്നു.

64. സരളസ്നേഹരസം = നിർമ്മലസ്നേഹമാധുര്യം. ഈ പദ്യത്തിൽ അവരുടെ സ്നേഹഗുണത്തെ വർണ്ണിക്കുന്നു.

65. അനലാർക്കവിധുക്കൾ = അഗ്നിസൂര്യചന്ദ്രന്മാർ. ഘനം = സാന്ദ്രം. ആസ്തികബുദ്ധി = ഈശ്വരവിശ്വാസം.

ഋഷിപത്നിമാരുടെ ഈശ്വരവിശ്വാസത്തിന്റെ സ്വഭാവം ഇതിൽ വിവരിക്കുന്നു.

66. ശ്രുതി = വേദം. പ്രയതാത്മാക്കൾ = തപസ്വിനികൾ. ഋഷിപ്രസൂതിമാർ = ഋഷിമാരുടെ അമ്മമാർ ; ഋഷിപ്രോക്തങ്ങളെന്നും. വിഹിതാവിഹിതങ്ങൾ = വിധിനിഷേധങ്ങൾ. ആചാരനിദർശനങ്ങൾ = അനുഷ്ഠാനങ്ങളാകുന്ന ഉദാഹരണങ്ങൾ.

67. ഇതിഹാസപുരാണസല്ക്കഥാസ്രുതി = ഇതിഹാസപുരാണങ്ങളിലെ സല്ക്കഥകളെ സംബന്ധിച്ച പ്രസംഗപ്രവാഹം. ജീവിതഭൂ = ജീവിതമാകുന്ന ഭൂമി. ചേതനാലത = ആത്മാവാകുന്ന വള്ളി. പുഷ്പഫലങ്ങൾ = ഇഹപരസുഖങ്ങൾ എന്നു താല്പര്യം.

ഈ രണ്ടു പദ്യങ്ങളെക്കൊണ്ട് അവരുടെ ആചാരശുദ്ധിയേയും സാത്ത്വികമായ പ്രേരണാബലത്തെയും വർണ്ണിക്കുന്നു.

68. വ്രത = തപോനുഷ്ഠാനതല്പരൻ. നിർവൃതി = മോക്ഷം. ശുദ്ധരാഗന്മാർ = പരിശുദ്ധമായ സ്നേഹമുള്ളവർ. പതിദേവതമാർ = ഭർത്താവിനെ ഈശ്വരനെന്നു വിചാരിക്കുന്ന സാധ്വിമാർ. ഭോഗമായ = നിസ്സാരമായ വിഷയസുഖം.

ഇതിൽ അവരുടെ വിഷയസുഖവൈമുഖ്യത്തെയും പരിശുദ്ധമായ ഭർത്തൃസ്നേഹത്തെയും വർണ്ണിച്ചിരിക്കുന്നു.

69. സ്മൃതി = ധർമ്മശാസ്ത്രം. വിസ്മൃതം = മറക്കപ്പെട്ടത്. ശ്രുതി = വേദം. കാലാബ്ധി = സമുദ്രംപോലെ വിസ്തീർണ്ണമായ ഭാവികാലം. ആണ്ടുപോക = മുങ്ങിമറഞ്ഞുപോക. അതിപാവനശീലം = അതിപരിശുദ്ധമായ സ്വഭാവവും. നടത്തയും ധന്യം = കൃതാർത്ഥം.

ജ്ഞാനവും ആചാരശുദ്ധിയുംകൊണ്ട് ഇവർ ജീവിച്ചിരിക്കുന്ന ശ്രുതിസ്മൃതികൾ തന്നെയാണെന്നു താല്പര്യം.

70. കനിവ് = കരുണ. വനിതാമൗലികൾ = സ്ത്രീരത്നങ്ങൾ. അനിവാര്യവിരക്തി = സ്ഥിരവൈരാഗ്യം. രൂക്ഷർ = പരുഷശീലന്മാർ. ആർദ്രത = സ്നേഹരസം.

71. ഗുണചിന്തകൾ = പദാർത്ഥങ്ങളുടെ ധർമ്മങ്ങളെപ്പറ്റിയുള്ള തത്ത്വചിന്തകൾ. ജഗത്ത്രയം = മൂന്നുലോകം തൃണം = നിസ്സാരം. മതിമാൻ = ബുദ്ധിശാലി. മഹാകവി = ആദികവിയായ വാല്മീകി. കൊറ്റി = ക്രൗഞ്ചപ്പക്ഷി. ഘൃണ = അനുകമ്പ. ഇതു = മുൻപദ്യത്തിൽ പറഞ്ഞ വേഴ്ച. നിമിത്തം = കാരണം.

സ്വതേ നിസ്നേഹന്മാരായ മുനിമാർ സ്നേഹശീലന്മാരാകുന്നതും വസ്തുവിവേചനത്താൽ പ്രപഞ്ചത്തെ മുഴുവൻ മിഥ്യയായി കാണുന്ന, വാല്മീകി തന്നെ കാട്ടാളനെയ്തു വീഴ്ത്തിയ ക്രൗഞ്ച

മിഥുനത്തെ കണ്ട് അനുകമ്പാകുലിതനായി കവിത എഴുതാനാരംഭിച്ചതും സ്നേഹശീലകളായ ഇവരുടെ സഹവാസത്തിന്റെ ഫലമാണെന്ന് ഈ രണ്ടു പദ്യങ്ങളാൽ സമർത്ഥിക്കുന്നു. ഈ രണ്ടു ശ്ലോകത്തിലും അലങ്കാരം കാവ്യലിംഗം.

72. പടുശല്യഭിഷക്ക് = വിദഗ്ദ്ധനായ ശാസ്ത്രവൈദ്യൻ. ഋണബദ്ധ = കടപ്പെട്ടവൾ. ഉപകാരസ്മരണയുള്ളവൾ എന്നർത്ഥം.

ഇവരോടുള്ള സമാഗമത്താൽ എന്റെ ത്യാഗം എനിക്കനുഗ്രഹമായി പരിണമിച്ചു എന്നു സാരം. ഉപമാലങ്കാരം.

73. രാഗം = വിഷയതൃഷ്ണ. പുരിയിൽ = നഗരങ്ങളിൽ എന്നു താല്പര്യം. ആത്മജീവിതം = തങ്ങളുടെ ജീവിതം. കരിയും ചാമ്പലുമാക്കിടുന്നു. = മലിനമാക്കുകയും നശിപ്പിക്കുകയും ചെയ്യുന്നു എന്നു താല്പര്യം.

ആശ്രമജീവിതത്തെ വർണ്ണിച്ചശേഷം സീത നഗരജീവിതത്തെ ദുഷിക്കുന്നു. നിഷ്കളങ്കമായ തന്നെ ദോഷോരോപണം ചെയ്തു ബഹിഷ്കരിപ്പാൻ കാരണമായത് നാഗരികസ്വഭാവത്തിന്റെ നികൃഷ്ടതയാണല്ലോ. അലങ്കാരം രൂപകം.

74. ദുർവ്യതിയാനസക്തി = വ്യഭിചാരപ്രസക്തി.

75. നിജദോഷനിദർശനാന്ധമാർ = തന്റെ ദോഷങ്ങളെത്തന്നെ ദൃഷ്ടാന്തമായെടുത്ത് അന്യരേയും അപ്രകാരംതന്നെ കരുതി വിവേകശൂന്യകളായി കഴിയുന്നവർ. സുജനാചാരം = സജ്ജനങ്ങളുടെ ഉൽകൃഷ്ടമായ നടത്ത. രുജ = വേദന. കല്മഷവ്രജം = പാപസമൂഹം. കാമിലബാധ = കാണുന്നതൊക്കെ മഞ്ഞനിറത്തിൽ തോന്നുന്ന ഒരുരോഗവിശേഷം. അലങ്കാരം രൂപകം.

76. ചിത്തഗുഹാന്തകീടം = മനോഗുഹയുടെ അറ്റത്തു പറ്റിയിരിക്കുന്ന പുഴുവ്. ദുർജ്ജനപാപചേതന = ദുർജ്ജനങ്ങളുടെ പാപിഷ്ടമായ ആത്മാവ്. ഈ പദ്യം മുതൽ നാഗരികസാമാന്യജനങ്ങളുടെ ദുഃസ്വഭാവത്തെ സീത ദുഷിക്കുന്നു. അലങ്കാരം ഉപമാരൂപകങ്ങൾക്കു സങ്കരം.

77. വിഷയസ്പൃഹ = ഭോഗേച്ഛ. നാഗം = സർപ്പം. ഉൽതൃഷ = അന്തർദ്ദാഹം. അഗ്ഗുഹ = പൂർവ്വശ്ലോകത്തിൽ പ്രസ്താവിച്ച ഗുഹ. വിഷവഹ്നി. വിഷജ്വാല; ഏഷണി എന്നർത്ഥം അലങ്കാരം രൂപകവും രൂപകാതിശയോക്തിയും.

78. ഖലർ = ദുർജ്ജനങ്ങൾ. വനകൂപപംക്തി = കാട്ടുകിണറുകൾ. പുഷ്പലതാവിതാനം = പുഷ്പലതകളുടെ പടർപ്പ്.

ഇതിൽ നഗരവാസികളുടെ അവിശ്വസനീയതയെ വർണ്ണിച്ചിരിക്കുന്നു.

79. വിധുകാന്തി = ചന്ദ്രിക. മധു = തേൻ. മധുരാക്ഷരങ്ങൾ = പഞ്ചാരവാക്കുകൾ. അതിഭീഷണപൗരഹൃത്ത് = അതിഭയങ്കരമായ പൗര

ന്മാരുടെ ഹൃദയം ചതിരക്ഷോവരചാരർ = ചതിയാകുന്ന രാക്ഷസാധിപന്റെ ഒറ്റുകാർ. അലങ്കാരം രൂപകം.

80. ഖലജിഹ്വ = നുണപറയുന്നവരുടെ നാവ്. വൈഷ്ണവനം = ശത്രുക്കളാകുന്ന കാട്. വിഭാവന, ഉപമ, രൂപകം ഈ അലങ്കാരങ്ങൾക്കു സങ്കരം.

81. നൃപഗാഢവിചിന്തനം = രാജാവിന്റെ ഗാഢമായ പര്യാലോചന. അപരോക്ഷീകൃതം = പ്രജകളുടെ അറിവിനായി പ്രസിദ്ധീകൃതം. കൃത്യം = രാജ്യകാര്യം. അപഥം = അന്യായ മാർഗ്ഗം. ഉപജാപം = നുണ. നാഗരികന്മാരെ സാമാന്യമായി ദുഷിച്ചശേഷം രാജാക്കന്മാരെ പ്രത്യേകമായി ഉപാലംഭിക്കുകയും. അതിൽ അയോദ്ധ്യാധിപതികളുടെ നടപടികളെ പൃഥക്കരിച്ചു കാണിക്കുകയും ചെയ്യുന്നു. മന്ഥരയുടെ നുണയും ശ്രീരാമന്റെ അഭിഷേകവിഘ്നവും ഈ പദ്യത്തിൽ സാമാന്യേന ദ്യോതിപ്പിച്ചിരിക്കുന്നു.

82. സുപരീക്ഷിതം = നല്ലവണ്ണം പരിശോധിച്ചറിഞ്ഞത്. രാഗം = സ്നേഹം. കൃപണോക്തികൾ = അല്പബുദ്ധികളുടെ ഏഷണികൾ. അപകൃത്യം = നിന്ദ്യകൃത്യം.

ശ്രീരാമന്റെ സീതാപരിത്യാഗത്തെ ഇതിൽ സാമാന്യേന സൂചിപ്പിക്കുന്നു.

83. മുടി = രാജ്യാഭിഷേകം എന്നു താല്പര്യം. ജടി = ജട കെട്ടിയ താപസൻ. തൽകുമാരർ = അവരുടെ പുത്രന്മാർ. ദോഹദം = ഗർഭം.

മേൽപദ്യത്തിൽ സാമാന്യേന സൂചിപ്പിച്ച ആ കൃത്യങ്ങൾ ഇതിൽ സ്ഫുടതരമായി വിവരിച്ചിരിക്കുന്നു. ദശരഥൻ രാമനെ വനവാസത്തിനയച്ചതും രാമൻ ഗർഭിണിയായ സീതയെ കാട്ടിൽ കളഞ്ഞതുമാണ് വിവക്ഷിതം.

84. സ്മൃതിവായു = ഒടുവിൽ പറഞ്ഞ സംഭവത്തിന്റെ സ്മരണയാകുന്ന കാറ്റ്. ഹൃത്തിലെ ദഹനജ്വാല = ശോകാഗ്നിജ്വാല എന്നു താല്പര്യം. സഹസാ = പെട്ടെന്ന്. പുടപാകരീതി = ധാതുദ്രവ്യങ്ങളെ മൂശയിൽവച്ചു ശുദ്ധമാക്കുകയോ ഭസ്മമാക്കുകയോ ചെയ്യുന്ന ക്രമം. നിഹനിപ്പൂ = ധ്വംസിക്കുന്നു. ഹതം = നഷ്ടസാരം.

സീത തന്റെ ത്യാഗത്തെക്കുറിച്ചു വീണ്ടും സ്മരിക്കുകയും അപ്പോഴും ഉദ്വേഗജനകമായ ആ സംഗതിയെപ്പറ്റി വിമർശിക്കുകയും ചെയ്യുന്നു.

85. ശ്രുതികേട്ട = ധർമ്മിഷ്ഠന്മാരെന്നു പ്രസിദ്ധി സമ്പാദിച്ച. വ്യതിയാനം = നിഷിദ്ധാചരണം. ക്ഷതി = നാശം. ധർമ്മഗതി = ധർമ്മമാർഗ്ഗം. ക്ഷിതി = ഭൂമി. ശിഷ്ടർ = സജ്ജനങ്ങൾ. അനിവാസ്യം = ജീവിപ്പാൻ കൊള്ളാത്തത്.

രാമോപാലംഭത്തെ സീത ഈ പദ്യത്തിൽ സാമാന്യേന ഉപക്രമി

ക്കുന്നു. അലങ്കാരം കാവ്യലിംഗം.

86. വിരക്തി = വെറുപ്പ്. ഒളിവായ് = രഹസ്യമായി. കോസലവാസികളായ പ്രജകൾ അറിയാതെ എന്നു താല്പര്യം.

രാവണവധാനന്തരം ലങ്കയിൽവച്ച് രാമൻ സീതയുടെ ചാരിത്ര്യത്തെ സംശയിച്ചിരുന്നു. അപ്പോൾ തന്നെ ഉപേക്ഷിച്ചുകളയാതെ സ്വീകരിക്കയും അവധിക്കാലം കഴിഞ്ഞു ഗർഭിണിയായിത്തീർന്നശേഷം സ്വരാജ്യത്തിൽ ജനസമക്ഷം പരസ്യമായി ഉപേക്ഷിക്കയും ചെയ്തത്. ഒന്നുംകൊണ്ടും ശ്ലാഘ്യവും യുക്തവുമല്ലെന്നു താല്പര്യം. അലങ്കാരം അപ്രസ്തുതപ്രശംസ.

87. പ്രണയാനുബന്ധം = സ്നേഹബന്ധം. പാശം = കയറ്. വശമാക്കി = കരസ്ഥമാക്കി. കുരുതിക്കുഴിയുന്നു = ബലി കഴിക്കുന്നു. ധീരമാനിത = ഭാര്യാത്യാഗം ചെയ്യുന്ന ധീരൻ എന്നുള്ള മിഥ്യാഭിമാനം.

രാമനെപ്പോലെ ഭാര്യയെ പരിത്യജിക്കുന്ന പുരുഷന്മാർ സ്നേഹനിമിത്തമായി അവളനുഭവിക്കുന്ന ക്ലേശത്തെപ്പറ്റി അശേഷം അറിയുന്നവരല്ലെന്നു സാരം. അലങ്കാരം രൂപകം.

88. ഇതരേതരസക്തർ = അന്യോന്യം അനുരാഗത്താൽ കെട്ടപ്പെട്ടവർ. ഗൃഹവ്രതബന്ധുക്കൾ = ഗൃഹസ്ഥാശ്രമവൃത്തിയിൽ സഹകാരികളായ ദമ്പതിമാർ. ശങ്ക = ചാരിത്ര്യവിഷയമായ സംശയം.

ഈ ശങ്ക മനുഷ്യന്റെ ഭയങ്കരമായ ഒരുദോഷമാണെന്ന് താല്പര്യം അലങ്കാരം വ്യതിരേകം.

89. ശ്രുതിമന്ദാരമനോജ്ഞപുഷ്പം = ധർമ്മശാസ്ത്രമാകുന്ന കല്പകവൃക്ഷത്തിന്റെ മനോഹരമായ പൂവ്. അധഃപതിക്ക = അധോഗതിയെ പ്രാപിക്ക,

വിവാഹത്തിന്റെ മാഹാത്മ്യത്തെ, വിശ്വാസമില്ലാത്ത ദമ്പതിമാർ എത്ര നിസ്സാരമായി കരുതുന്നു എന്നു താല്പര്യം.

90. വിധി = ശാസ്ത്രവിധി. ലാക്ക് = ഉദ്ദേശ്യം. പിണയാം = യുദ്ധം ചെയ്യാം. പുരുഷ ദോഷം = കർത്താവായ മനുഷ്യന്റെ മനോഗതമായ ദോഷം. ക്ഷണം = ശീഘ്രത്തിൽ. വിപരീത വൃത്തി = പ്രതികൂലാചരണം. തുണയെന്യേ = നിരാലംബമായ. അപ്രമാണം = പ്രമാണമല്ലാത്തത്.

ശാസ്ത്രവിധികൾ സദുദ്ദേശത്തോടുകൂടിയവയാണെങ്കിലും അവയെ അനുഷ്ഠിക്കേണ്ടവർ സ്വന്തമനോദോഷങ്ങളാൽ പ്രതികൂലമായി പ്രവർത്തിക്കുകയും അങ്ങനെ വേഗത്തിൽ ശാസ്ത്രങ്ങളുടെ പ്രാമാണ്യംതന്നെ നശിച്ചുപോകയും ചെയ്യുന്നു. രാമനെപ്പോലെയുള്ള ശിഷ്ടപുരുഷന്മാർ അപ്രകാരം ചെയ്യുന്നതു തീരെ ഗർഹ്യമെന്നു താല്പര്യം.

91. പടുരാക്ഷസചക്രവർത്തി = മഹാസമർത്ഥനും രാക്ഷസന്മാരുടെ ചക്രവർത്തിയുമായ രാവണൻ.

രാവണനു തന്നെ കാമിക്കാൻ സന്ദർഭം കൊടുത്തതു താനല്ലെന്നും താനൊരിക്കലും അവന്റെ കാമത്തിനു വഴിപ്പെട്ടിട്ടില്ലെന്നും അതുകൊണ്ടു രാമൻ തന്നെ ശിക്ഷിച്ചതു തീരെ അനുചിതമെന്നും താല്പര്യം.

92. ചരിതവ്യം = കർത്തവ്യം. നിജപ്രജാമതം = തന്റെ പ്രജകളുടെ അഭിപ്രായം.

ജനങ്ങളുടെ ഹിതം അനുസരിച്ച് രാജാവായ രാമൻ എന്നെ ശിക്ഷിപ്പാൻ നിർബ്ബന്ധിതനായതാണെന്നു പറകയാണെങ്കിൽ അതു ശരിയല്ല. ജനങ്ങളിൽ പല അഭിപ്രായക്കാരുമുണ്ടാവും. അതിനെപ്പറ്റി ശരിയായി വിചാരണചെയ്ത് തീരുമാനിച്ചിട്ടുള്ളതല്ലല്ലോ.

93. അക്ഷികൾ = കണ്ണുകൾ. ഘനമേറും = തടിച്ച. ഖലജിഹ്വ = നുണയന്മാരുടെ നാവ് – സ്വന്തകണ്ണിനാൽ കണ്ട സംഗതിയെത്തന്നെയും സാമർത്ഥ്യമുള്ള നുണയന്മാർ മറിച്ചുപറഞ്ഞു സമർത്ഥിക്കും എന്നു താല്പര്യം. ജനവാദം = ജനശ്രുതി. അപാർത്ഥം = അർത്ഥശൂന്യം. അനഘാചാര = പരിശുദ്ധമായ നടത്തയുള്ളവൾ.

നുണയന്മാർ ഏതും പറഞ്ഞു സാധിക്കുമെന്നും ജനവാദത്തെ വിശ്വസിച്ച് ഒരിക്കലും അധികൃതന്മാർ ഒന്നും പ്രവർത്തിച്ചുകൂടെന്നും അതുകൊണ്ടു രാമന്റെ കൃത്യം ഒരിക്കലും ക്ഷന്തവ്യമല്ലെന്നും താല്പര്യം.

94. ലക്ഷ്മി = രാജത്വം. ത്വര = വേഗം. നിഷ്കൃപം = അനുകമ്പകൂടാതെ. സാവിത്രി = അമ്മ (കൈകേയി). നരനാഥൻ = രാജാവ്; രാമനെന്നർത്ഥം. ജനചിത്തം = ജനാഭിപ്രായം.

ജനങ്ങളുടെ അഭിപ്രായം പോലെയേ പ്രവർത്തിക്കൂ എന്ന നിർബ്ബന്ധം തന്നെ രാമനില്ലെന്നും കൈകേയി അഭിഷേകം മുടക്കിയ കാലത്ത് സകല ജനങ്ങളും തടുത്തിട്ടും രാമൻ വനത്തിൽ പോയില്ലേ എന്നും അതുകൊണ്ട് സീതാവിഷയത്തിൽ മാത്രം ഇങ്ങനെ പ്രവർത്തിച്ചത് ഒട്ടും ന്യായമല്ലെന്നും സാരം.

95. അത് = ജനങ്ങളുടെ അഭിപ്രായത്തിനു വിപരീതമായി വനത്തിൽ പോയത്. സത്യപരായണത്വം = സത്യതല്പരത. അച്ഛന്റെ സത്യത്തെ പരിപാലിപ്പാനുള്ള ഒൽസുക്യം എന്നു താല്പര്യം. ഇത് = സീതാത്യാഗം. ധർമ്മവ്യസനിത്വം = സദാചാരതല്പരത. ചാരിത്ര്യത്തിൽ സന്ദിഗ്ദ്ധയായ ഭാര്യയെ സ്വീകരിക്കുന്നതിലുള്ള പാപശങ്ക എന്നു താല്പര്യം. ചതുരന്മാർ = യോഗ്യന്മാർ. ചാപല്യങ്ങൾ = ദൗർബല്യകൃതങ്ങളായ ദോഷങ്ങൾ

രാമന്റെ കൃത്യം ഒന്നുകൊണ്ടും സമാധാനമല്ലെന്നും കേവലം അബദ്ധം തന്നെയെന്നും വീണ്ടും ഈ പദ്യംകൊണ്ടു സ്ഥാപിക്കുന്നു.

96. മുൻപ് = രാവണവധം കഴിഞ്ഞു വന്നപ്പോൾ. സാർവ്വഭൗമി = ചക്ര

വർത്തിനി. മനുവംശാങ്കുരഗർഭം = മനുവംശത്തിന്റെ സന്തതിയായ ഗർഭം.

ലങ്കയിൽ നിന്നു മടങ്ങിവന്ന ഉടനെ അനുമോദപൂർവ്വം എന്നെ പട്ട മഹിർഷിയായി അഭിഷേകം ചെയ്ത ജനങ്ങൾ അതിനുശേഷം ഞാൻ കിരീടാവകാശിയായ സന്താനത്തെ ഗർഭം ധരിക്കുമ്പോൾ അപവാദം പറയുവാൻ തുടങ്ങി. അതുതന്നെ ബുദ്ധിയുള്ള രാജാവിനു സംശയിക്കത്തക്ക സംഗതിയല്ലയോ എന്നു സാരം.

97. നയമായ് = ഉപചാരരൂപമായി; വാസ്തവമല്ലാതെ എന്നു താല്പര്യം. ചിരവന്ധ്യ = വളരെക്കാലം പ്രസവിക്കാതിരുന്നവൾ. അഭ്യുസൂയകൾ = അസൂയയുള്ള ജനങ്ങൾ എന്നു താല്പര്യം. അപവാദശാസ്ത്രം = അപവാദമാകുന്ന ആയുധം.

ഭർത്താവൊന്നിച്ചു പത്തുപന്ത്രണ്ടുകൊല്ലം അയോദ്ധ്യയിലും പതിമൂന്നുവർഷം വനത്തിലും താമസിച്ചിട്ട് ഗർഭം ധരിക്കാത്ത ഞാൻ വന്ധ്യയായിരിക്കാമെന്ന് കരുതി എന്റെ പട്ടമഹിഷി സ്ഥാനം അന്നനുവദിച്ച വല്ലവരും ഗർഭദർശനത്തിൽ അസൂയ വർദ്ധിച്ച് എന്റെ സന്തതിക്ക് രാജ്യം കിട്ടാതിരിക്കത്തക്കവണ്ണം ഈ അപവാദം ഇളക്കിവിട്ടതാണെന്നു വിചാരിച്ചാലെന്താണ് എന്നു താല്പര്യം.

98. പരശങ്കാവിലം = ശത്രു എന്ന ശങ്കയാൽ കലങ്ങിയത്. നരകല്മഷചിന്ത = മനുഷ്യരുടെ മേൽപ്രകാരമുള്ള ദുരൂഹങ്ങൾ. തീണ്ടുവാൻ = സ്പർശിക്കുവാൻ. ധവളീഭവിക്ക = ശുദ്ധ നിർമ്മലമായിത്തീരുക.

ഭരതൻ സന്നാഹത്തോടുകൂടി ചിത്രകൂടത്തിൽ രാമനെ തിരിയെവിളിക്കാൻ എത്തുന്ന സന്ദർഭത്തിൽ കൈകേയീ പ്രേരിതനായിട്ടും അദ്ദേഹം അവിടെ നിന്നുംകൂടി രാമനെ ഓടിച്ചുകളയുവാൻ വരികയാണോ എന്നു രാമലക്ഷ്മണന്മാർ ശങ്കിച്ചിട്ടുണ്ട്. ആ സ്ഥിതിക്ക് മേൽപറഞ്ഞ രാജ്യതന്ത്രസംബന്ധമായ കൃത്രിമവിചാരങ്ങൾക്കു രാമന്റെ ഹൃദയത്തിൽ തീരെ സ്ഥാനമില്ലെന്നു പറയാവുന്നതല്ലെന്നു സാരം.

99. പതിയാംപരദേവത = ഭർത്താവാകുന്ന ഇഷ്ടദേവത. മതിയർപ്പിച്ച = ബുദ്ധിയെ നിവേദനം ചെയ്ത. ക്ഷതി = ദോഷം.

ഇതുമുതൽ സ്നേഹധർമ്മത്തെ പുരസ്കരിച്ചു രാമന്റെ കൃത്യത്തെ ഉപാലംഭിക്കുന്നു. ഞാൻ ഭർത്താവിനെ ഈശ്വരനായി കരുതി ഹൃദയം തുറന്നു പെരുമാറുന്ന പതിവ്രതയായിരുന്നു. കാര്യാർത്ഥമായി എനിക്കുതന്നെ ദോഷം വരത്തക്കവണ്ണം അദ്ദേഹം പ്രവർത്തിച്ചാലും അറിഞ്ഞുകൊണ്ടു ഞാൻ സമ്മതിക്കുമായിരുന്നു. അതുകൊണ്ട് എന്നോടു വിവരം പറയാതെ എന്നെ ശിക്ഷിച്ചത് അപ്രകാരമുള്ള സ്നേഹവിശ്വാസങ്ങൾക്കു തീരെ അടുത്തതല്ലെന്നു സാരം.

100. പുടഭേദകം = ഒട്ടിയിരിക്കുന്ന ഇലകളെ വിടർത്തുന്നത്. ഗുല്മദളങ്ങൾ = ചെടികളുടെ ഇലകൾ.

മേൽ പ്രസ്താവിച്ച വിചാരത്തോടുകൂടി സീത പെട്ടെന്നു നിഃശ്വസിക്കുകയും കണ്ണിൽനിന്ന് അശ്രുക്കൾ പതിക്കുകയും ചെയ്തു. അതു ചെടികളുടെ ഒട്ടിയിരിക്കുന്ന ഇലകൾക്കുള്ളിൽനിന്നു ഇളങ്കാറ്റേറ്റു മഞ്ഞുതുള്ളികൾ വീഴുന്നതുപോലെ തോന്നിയിരുന്നു. അലങ്കാരം ഉപമ.

101. തരളാക്ഷി = ഇളകുന്ന കണ്ണുകളോടുകൂടിയവൾ. സേതു = അണ.

മുൻ പദ്യത്തിൽ പറഞ്ഞ ബാഹ്യേന്ദ്രിയവികാരം സീതയുടെ അന്തർഗ്ഗതമായ വിചാരധാരയെ തടുത്തുനിറുത്തുവാൻ ശക്തമായില്ല തന്നെ. ഒഴുക്കിന്റെ മേൽ കാറ്റടിച്ചുണ്ടാകുന്ന ഓളങ്ങളാകുന്ന അണകൾ ഒഴുക്കിനെ തടുത്തു നിറുത്തുവാൻ കഴിയുന്നവയല്ലല്ലോ. അലങ്കാരം പ്രതിവസ്തൂപമ.

102. ഗിരി = മല. ഗഹ്വരം = ഗുഹ. ഉഗ്രം = ഭയങ്കരം. ഹരി = സിംഹം. ശാർദ്ദൂലം = പുലി. പരിഭീകരസിന്ധു = അതിഭയങ്കരമായ സമുദ്രം. നികേതനം = ഭവനം.

103. അഞ്ചുക = ഭയപ്പെടുക.

99-ാം പദ്യത്തിലെ അഭിപ്രായത്തെത്തുടർന്ന്, ഞാൻ ഭയപ്പെടുമെന്നു വിചാരിച്ച് രാമൻ പറഞ്ഞതാണെങ്കിൽ അതു ശരിയല്ല. ഞാൻ ദുഃഖങ്ങളെ അനുഭവിച്ചറിഞ്ഞ് ഏറ്റവും ലോകപരിചയം സിദ്ധിച്ചിട്ടുള്ള ഒരു പ്രൗഢസ്ത്രീയാണ്. അതുകൊണ്ടങ്ങനെ പേടിച്ചിട്ട് തീരെ ആവശ്യമില്ലായിരുന്നു എന്നു സാരം.

104. പതിചിത്തവിരുദ്ധവൃത്തി = ഭർത്താവിന്റെ അഭിപ്രായത്തിന് വിപരീതമായി പ്രവർത്തിക്കുന്നത്. ജാനകി = സീത; രാജർഷിയായ ജനകന്റെ പുത്രിയെന്നു താല്പര്യം. മഹോദധി = സമുദ്രം. ജാഹ്നവി = ജഹ്നുമഹർഷിയിൽ നിന്നുല്പന്നയായ ഗംഗ.

ഭയപ്പെടുമെന്നു വിചാരിച്ചിട്ടല്ല. അനുസരിക്കാതിരിക്കുമെന്നു വിചാരിച്ചിട്ടാണ് എന്നോടു പറയാതിരുന്നതെങ്കിൽ അതും ശരിയല്ല. പവിത്രകുലജാതയായ ഒരുപതിവ്രത ഭർത്താവിന്റെ ആജ്ഞയെ അനുസരിക്കയില്ലെന്ന് എങ്ങനെ വിചാരിപ്പാൻ കഴിയും.

105. അപകീർത്തി ഭയാന്ധൻ = അപകീർത്തിയിലുള്ള ഭയംകൊണ്ട് വിവേകം നശിച്ചുപോയവൻ. സ്വപരിക്ഷാളനതല്പരൻ = തന്നെ ദുഷ്കീർത്തിയിൽനിന്നു മോചിപ്പിക്കാൻ ബദ്ധപ്പെടുന്നവൻ. കൃപണോചിതവൃത്തി = അല്പന്മാർക്കടുത്ത തൊഴിൽ. ദൃഢമാക്ക = സ്ഥിരീകരിക്ക.

മാനിയായ രാമൻ തന്റെ അപമാനത്തെ ക്ഷാളനം ചെയ്യാൻ ബദ്ധപ്പെട്ടെന്നെ ശിക്ഷിച്ചതാണെങ്കിൽ ആ കൃത്യംകൊണ്ടു തന്നെ എന്റെ കുറ്റം സ്ഥിരീകരിക്കപ്പെട്ടു എന്നുള്ള വസ്തുതകൂടി അദ്ദേഹം വിചാരിക്കേണ്ടിയിരുന്നില്ലേ? ഇതെത്ര കഷ്ടമായിപ്പോയി എന്നു താല്പര്യം.

106. അപരാധി = കുറ്റക്കാരൻ. ദണ്ഡിയാതെയാം = ശിക്ഷിക്കാതെ മാപ്പു കൊടുത്തേക്കാം. സംശയം = തെളിവിലുള്ള സന്ദേഹം. ധാർമ്മികൻ = ധർമ്മിഷ്ഠനായ അധികൃതർ എന്നു താല്പര്യം അപകല്മഷ = നിരപരാധ.

തെളിവിൽ സംശയം വന്നാൽ ധർമ്മബുദ്ധിയുള്ള ന്യായാധിപന്മാർ കുറ്റം ചെയ്തവർക്കുതന്നെ മാപ്പുകൊടുക്കാറുണ്ട്. നിരപരാധിനിയായ എനിക്ക് ശ്രീരാമൻ കഠിനശിക്ഷ നല്കിയിരിക്കുന്നു; അതിൽ പാപഭയമെങ്കിലും അദ്ദേഹത്തിനു തോന്നിയില്ലല്ലോ എന്നു താല്പര്യം.

107. അതിവത്സല = അത്യന്തം സ്നേഹമുള്ളവൾ. കൊതി = ഗർഭകാലത്തെ അഭിലാഷം. അതിലെ = ആ കാര്യം വഴി.

ചിന്തിക്കാൻ കൂടി വയ്യാത്ത ക്രൂരതയും വിശ്വാസഭംഗവുമാണിതെന്നു താല്പര്യം.

108. ജനകാജ്ഞ = ദശരഥന്റെ കല്പന. അനയൻ = നീതികെട്ടവൻ. തനതാജ്ഞ = തന്റെ കല്പന. ഇരയാക്കി = ബലി കൊടുത്തു.

വനവാസത്തിൽക്കൂടി അദ്ദേഹത്തെ പിന്തുടർന്ന സ്ത്രീയായ എന്നെ അസഹായയായി കാട്ടിൽ അടിച്ചു കളഞ്ഞത് നീതികേടെന്നു മാത്രമല്ല നന്ദികേടുകൂടിയാണ്. ഈ അഭിപ്രായത്തെത്തന്നെ അടുത്ത പദ്യത്തിൽ വിവരിക്കുന്നു.

109. ഇതരേതരഭേദം = പരസ്പരഭേദം. നില്ക്കുക = നില്ക്കട്ടെ അതിനെപ്പറ്റി പറയേണ്ട എന്നു താല്പര്യം. ശ്രുതം = രാമനെ സംബന്ധിച്ചു പ്രസിദ്ധം. കൃതജ്ഞഭാവം = നന്ദിഭാവം. ഹിതമാക്കി = നശിപ്പിച്ചു. ഹതാശ = നിരാശയായ സീത.

110. രുജ = ക്ലേശം. പ്രജ = സന്തതി. മൂട്ട എന്നു താല്പര്യം. സുജനാഗ്രണി = ശിഷ്ടന്മാരിൽ അഗ്രഗണ്യൻ. നിർജ്ജഗർഭം = ഗർഭസ്ഥമായ തന്റെ സന്താനത്തെ എന്നു താല്പര്യം .

മറ്റൊന്നുമില്ലെങ്കിൽ ജന്തുസഹജമായ സന്താനസ്നേഹമെങ്കിലും അദ്ദേഹത്തെ തടുത്തില്ലല്ലോ.

111. ശ്വശുരൻ = ഭർത്താവിന്റെ അച്ഛനായ ദശരഥമഹാരാജാവ്. ബഹുയജ്ഞദീക്ഷ = വളരെ പുത്രകാമേഷ്ടിയാഗങ്ങളുടെ അനുഷ്ഠാനം. അശുഭം = പ്രതിബദ്ധമായ പാപം. പിശുനോക്തി = നുണയന്മാരുടെ വാക്ക്. ശിശുലാഭോത്സവം = പുത്രജനനത്തിലുള്ള സന്തോഷം. ഉന്മഥിക്ക = നശിപ്പിച്ചുകളയുക.

തന്റെ സുഖത്തെ മാത്രമല്ല, കുലത്തിന്റെ നിലനില്പിനെക്കൂടി വിസ്മരിച്ച് അപ്രകാരം ചെയ്തത് അവിവേകമെന്നു താല്പര്യം.

112. നിഷ്കരുണം = ദയകൂടാതെ. ശൂദ്രയോഗി = ശംബൂകനെന്ന ശൂദ്രമുനി. മയക്കി = വ്യാമോഹിപ്പിച്ചു. തരുണീപാദജഗർഹിണി = സ്ത്രീ

ശൂദ്രന്മാരുടെ സ്വാതന്ത്ര്യാവകാശങ്ങളെ തിരസ്കരിക്കുന്നത്. ശ്രുതി = ധർമ്മശാസ്ത്രം എന്നു താല്പര്യം.

രാമന്റെ അവിവേകം സംബന്ധിച്ച മറ്റൊരു പ്രധാന തെളിവ് സൂചിപ്പിക്കുകയും അതേ ധർമ്മശാസ്ത്രങ്ങളെ അക്ഷരാർത്ഥമായി അനുഷ്ഠിപ്പാൻ തുടങ്ങിയതിന്റെ ദോഷഫലമാണെന്നു ഇതിൽ ഊഹിക്കയും ചെയ്തിരിക്കുന്നു.

113. സഹജാർദ്രത = സ്വാഭാവികമായ പ്രാണിസ്നേഹം. ധർമ്മം = സദാചാരം. മഹനീയാത്മഗുണങ്ങൾ = ഉല്കൃഷ്ടമായ മനോഗുണങ്ങൾ. സഹധർമ്മിണി = ധർമ്മപത്നിയായ സീത. സഹസാ = പൊടുന്നനെ.

രാമന്റെ ഉൽകൃഷ്ടമായ മനോഗുണങ്ങളെല്ലാം സീതയ്ക്കു മുൻപു തന്നെ അദ്ദേഹത്തെ വിട്ടുപിരിഞ്ഞുപോയിരിക്കണം. എന്തെന്നാൽ അതിനുശേഷം രാമൻ ചെയ്തതൊക്കെ ഇപ്രകാരമുള്ള ഓരോ അവിവേകങ്ങളാണ് എന്നു താല്പര്യം.

114. വനഭൂവ് = പഞ്ചവടീവനം. ഘനഗർഭാതുര = പൂർണ്ണ ഗർഭഭാരം കൊണ്ടു ഖിന്നയായ. എൻമൃഗാംഗന = ഞാൻ വളർത്തിയ മാൻപേട. അക്ഷിപഥത്തിൽ = ദൃഷ്ടിമാർഗ്ഗത്തിൽ. നനയും = അശ്രുക്കളാൽ ആർദ്രമാകുക പതിവായിരുന്നു. മൽപ്രിയൻ = എന്റെ പ്രിയതമനായ രാമൻ.

വനവാസകാലത്തു ഗർഭിണിയായിരുന്ന എന്റെ മാൻപേടയോടുപോലും ദയാലുവായിരുന്ന രാമൻ എന്നിൽ ഇത്ര ക്രൂരമായി പ്രവർത്തിച്ചത് അദ്ദേഹത്തിന്റെ അന്തരംഗത്തിൽ ഉണ്ടായ വലിയ മാറ്റത്തിന്റെ ഫലമാണെന്നു സീത അനുചിന്തനം ചെയ്യുന്നു.

115. അതികോമളം = ഏറ്റവും സുകുമാരം. ക്ഷിതിപാലകപട്ടബദ്ധം = രാജകിരീടം തലയിൽ വഹിച്ചതെന്നു താല്പര്യം. മതി = ബുദ്ധി. കഠോരം = പരിചയുടെ പുറംപോലെ കഠിനം.

രാജ്യകാര്യങ്ങൾ തലയിൽക്കേറിയാൽ സ്നേഹസംബന്ധമായ മാർദ്ദവം പോയി ഹൃദയം പരുഷമായിത്തീരുമായിരിക്കാം എന്നു സീത ഊഹിക്കുന്നു. അലങ്കാരം പൂർവ്വാർദ്ധത്തിലും ഉത്തരാർദ്ധത്തിലും ഉപമ.

116. നിയതം = നിശ്ചിതം. അന്യാദൃശഹാർദ്ദം = അന്യാദൃശമായ പ്രണയം. വിഭുത്വം = പ്രഭുത്വം. പരമാർത്ഥസൗഹൃദം = വാസ്തവസ്നേഹം.

മുൻപറഞ്ഞ അഭിപ്രായത്തെ ഇതിൽ അനുഭവംകൊണ്ടും ഊഹംകൊണ്ടും ഉറപ്പിച്ചു പറയുന്നു.

117. നിയമങ്ങൾ = നിത്യാനുഷ്ഠാനങ്ങൾ. ഗോദാവരി = പഞ്ചവടിയിൽക്കൂടി ഒഴുകുന്ന ഗോദാവരീനദി. തടങ്ങൾ = തീരപ്രദേശങ്ങൾ.

രാമന് മുൻപുണ്ടായിരുന്ന സ്നേഹാതിശയത്തെ പൂർവ്വകഥകളിൽ നിന്നു സീത അനുസ്മരിക്കുന്നു.

118. വിവിക്തലീല = വിജനസ്ഥലത്തിലുള്ള വിനോദം. ഗതഗർവ്വർ = പരസ്പരാഭിമാനമില്ലാത്തവർ. ഇരുമെയ്യാർന്നൊരു ജീവി = രണ്ടു ശരീരങ്ങളുള്ള ഒറ്റ പ്രാണി.

പരിശുദ്ധമായ സ്നേഹത്തിന്റെ അത്യുല്കൃഷ്ടമായ അഭേദപരിണാമത്തെ അനുഭവംകൊണ്ടു സീത വർണ്ണിക്കുന്നു.

119. നളിനങ്ങൾ = താമരപ്പൂക്കൾ. പുളിനങ്ങൾ = മണൽത്തിട്ടകൾ. കുട്ടിപോൽ എന്ന വിശേഷണം അഭിമാനരാഹിത്യം കൊണ്ടുള്ള പ്രേമത്തിന്റെ പൂർണ്ണതയെ സവിശേഷം ദ്യോതിപ്പിക്കുന്നു. അലങ്കാരം സ്വഭാവോക്തിയും ഉപമയും.

120. ഖഗങ്ങൾ = പക്ഷികൾ. സ്വച്ഛമായ പ്രേമവിലാസത്തിന്റെ മൂർദ്ധന്യാവസ്ഥയെ വർണ്ണിച്ചുകൊണ്ട് സീത ആ പ്രമേയത്തെ ഉപസംഹരിക്കുന്നു.

121. സഹജാമലരാഗാമേ! = സ്വാഭാവികമായും പരിശുദ്ധമായുമുള്ള അനുരാഗമേ ! മനോഗുഹ = ഹൃദയഖനി എന്നു താല്പര്യം. സ്ഫുടരത്നം = പ്രകാശമാനമായ ഏക രത്നം. മഹനീയം = മാഹാത്മ്യമേറിയത്. ഉന്മഹം = സന്തോഷപ്രദമായത്. ആത്മാവ് = ജീവാത്മാവ്. സ്നേഹത്തിന്റെ സ്വരൂപത്തെയും മാഹാത്മ്യത്തെയും ഇതുമുതൽ വർണ്ണിക്കുന്നു. സ്നേഹത്തെ മനസ്സാകുന്ന ഖനിയിൽ വിളയുന്ന അത്യുല്കൃഷ്ടമായ രത്നമായും ജീവാത്മാവ് തന്റെ ഹൃദയത്തിൽ അണിയുന്ന ജാജ് വല്യമാനമായ ദിവ്യഭൂഷണമായും ഇതിൽ വിഭാവനം ചെയ്തിരിക്കുന്നു. ഉല്ലേഖാലങ്കാരം.

122. പൂമർത്ഥഹേതു = പുരുഷാർത്ഥങ്ങൾക്കു സാധകം. തരുണീഗുണങ്ങൾ = സ്ത്രീസഹജമായ സൗശീല്യസൗഭാഗ്യാദി സുകുമാരഗുണങ്ങൾ. മരുഭൂ = നിർജ്ജലപ്രദേശം.

സ്നേഹത്തിന്റെ പ്രേരണാശക്തിയേയും മാഹാത്മ്യത്തേയും ഇതിൽ പ്രത്യേകം വർണ്ണിക്കുന്നു.

123. നയമാർഗ്ഗചരർ = ധർമ്മമാർഗ്ഗത്തിൽ നടക്കുന്നവർ. പ്രഭ = പ്രകാശം നിയത = നിയമേന. അയഥായോഗം = വിപരീത ഗതി. അസജ്ജനങ്ങൾ = അധർമ്മിഷ്ഠന്മാർ. അനുരാഗത്തിന്റെ പാരത്രികമായ ഗുണദോഷങ്ങളെ ഇതിൽ സൂചിപ്പിച്ചിരിക്കുന്നു.

124. മൃതി = മരണം. ക്ഷതി = നാശം. സ്മൃതി = പ്രിയജനത്തെപ്പറ്റിയുള്ള അനുസ്മരണം. പിതൃലോകം = മരിച്ചുപോയ ആത്മാക്കളുടെ ആവാസ സ്ഥാനം. സീമ = കോണ്. അശ്രുനിവാപം = കണ്ണീരാകുന്ന ജലാഞ്ജലി. പ്രേമത്തിന്റെ അനശ്വരസ്വഭാവത്തെ ഇതിൽ ഭംഗിയായി വർണ്ണിച്ചിരിക്കുന്നു. അലങ്കാരം രൂപകം.

125. അമർഷം = ദ്വേഷം. പ്രതിമല്ലൻ = വിരോധി. പ്രിയതെ = സ്നേഹമെ. രതി = പരസ്പരാസക്തി. ഹതി = ഹിംസ. ഗർവ്വം = ദുരഭിമാനം.

അനുരാഗത്തിന്റെ സാക്ഷാൽ ശത്രു ദ്വേഷമല്ലെന്നും ദുരഭിമാനമാണെന്നും സീത അനുമാനിക്കുന്നു.

126. സമദൃഷ്ടി = ദമ്പതിമാർ അന്യോന്യം സമന്മാരെന്നുള്ള ഭാവന. സമർത്ഥചിന്തനം = രണ്ടുപേരുടെയും ഗുണങ്ങളെ അഭേദമായി ചിന്തിക്കുന്ന സ്വഭാവം. ക്ഷമ = ചില്ലറ വീഴ്ചകളെ അന്യോന്യം പൊറുക്കുന്ന ശീലം. അന്യോന്യ ഗുണാനുഗതിക = ഗുണങ്ങളെപ്പറ്റിയുള്ള പരസ്പരാനുമോദനം. ക്രമമായി = അല്പാല്പമായി. കരണ്ടിടും = നശിപ്പിക്കും. ആന്തരഗർവ്വമൂഷികൻ = ഉള്ളിൽ കടന്നുകൂടിയ ദുരഭിമാനമാകുന്ന മൂഷികൻ. മേല്പറഞ്ഞ അനുമാനത്തെ ഇതിൽ സ്ഥാപിക്കുന്നു. രൂപകാലങ്കാരം.

127. വിഭവോന്നതി = ഐശ്വര്യസമൃദ്ധി. കൃത്യവൈഭവം = നിർവ്വഹണ ശക്തി. ശുഭവിഖ്യാതി = സല്കീർത്തി. പ്രഭവിഷ്ണുത = യജമാന ഭാവം (സ്വാതന്ത്ര്യാതിശയം) പ്രഭവിക്ക = ഉണ്ടാക. ദുരഹന്ത = ദുരഭിമാനം.

സ്നേഹവൈരിയായ ദുരഭിമാനത്തെ ഇതിൽ വിവരിക്കുകയും അവയുടെ സമഗ്രത രാമനു സിദ്ധിച്ചിരിക്കുന്നതായി വ്യഞ്ജിപ്പിക്കുകയും ചെയ്യുന്നു.

128. അതിമാനിത = മേൽ വർണ്ണിച്ച ദുരഭിമാനം. ഹതി = താഡനം. പ്രേമവിളക്ക് = സ്നേഹമാകുന്ന ദീപം. സ്തുതി = പ്രശംസ. ഒലി = ശബ്ദം സാഹസദുർഗ്ഗമങ്ങൾ = സാഹസങ്ങളാകുന്ന അപകടസ്ഥാനങ്ങൾ. പതിയാം = വീഴാം.

ദുരഭിമാനംകൊണ്ട് പരിശുദ്ധമായ സ്നേഹം നശിച്ചുപോയവർ കേവലം സ്തുതിപ്രിയന്മാരായി വഴിതെറ്റി അലഞ്ഞുനടന്ന് അപകടങ്ങളിൽ ചെന്നു ചാടുമെന്നു സാമാന്യേന നിർദ്ദേശിച്ചുകൊണ്ട് രാമൻ ഇപ്പോൾ ആ അവസ്ഥയിലാണെന്നു സീത വ്യഞ്ജിപ്പിക്കുന്നു. രൂപകാലങ്കാരം.

129. ഇശ്രുതിദോഷത്തിൽ = എന്നെക്കുറിച്ചുള്ള ഈ അപവാദത്തിൽ വിരക്തി = ലോകത്തോടുവെറുപ്പ്. ക്ഷിതിവാണിടുക = രാജ്യം ഭരിക്ക. സഗർഭ = ഗർഭിണി. സതി = പതിവ്രതയായ പട്ടമഹിർഷി എന്നു താല്പര്യം.

പ്രേമധർമ്മത്തിനു വിരുദ്ധമായി രാജാവെന്നുള്ള ദുരഭിമാനം രാമനെ ബാധിച്ചു, നിസ്നേഹനാക്കിത്തീർത്തിരിക്കാമെന്നുള്ള മേൽസൂചിപ്പിച്ച തന്റെ ഊഹം ശരിയാണെന്നും അല്ലെങ്കിൽ ഗർഭിണിയായ സീതയെ ത്യജിച്ചിട്ട്, വീണ്ടും രാമൻ രാജാവായിരിക്കാൻ അഭിലഷിക്കയില്ലെന്നും സീത നിർണ്ണയിക്കുന്നു.

130. നിഹതാരികൾ = ശത്രുക്കളെ കീഴടക്കിയവർ രാമനെപ്പോലെതന്നെ പരാക്രമികളെന്നു സാരം. സഹധർമ്മിണി = ഭാര്യ. ഗഹനം = കാട്.

കാരണാന്തരങ്ങളാൽ മേൽപറഞ്ഞ നിർണ്ണയത്തെ സ്ഥിരീകരിക്കുന്നു.

131. പരിശുദ്ധം = പാവനം. വനാശ്രമം = വാനപ്രസ്ഥാശ്രമം. മുനിവൃത്തി എന്നർത്ഥം. ആത്മവിചാരശൈലികൾ = അദ്ധ്യാത്മ അചിന്തകളുടെ പരിപാടികൾ.

അപവാദത്തിൽ ഉണ്ടായ നിവേദനത്താൽ രാജ്യം അനുജന്മാരെ ഏല്പിച്ച് തന്നോടൊന്നിച്ചു രാമൻ കാട്ടിൽ പോയി മുനിവൃത്തിയെ ആശ്രയിച്ചു അവശിഷ്ടകാലം കഴിപ്പാൻ തീർച്ചയാക്കിയിരുന്നുവെങ്കിൽ ധർമ്മത്തിനും സ്നേഹത്തിനും ഉചിതമായിരുന്നുവെന്നും നേരേമറിച്ച് തന്നെ ഉപേക്ഷിച്ചുകൊണ്ടും രാജാവായിരിക്കുന്നതു മേൽ സൂചിപ്പിച്ച ദോഷത്തിന്റെ ഫലമാണെന്നും സീത അവസാനമായി സ്ഥാപിക്കുന്നു.

132. കുശീലൻ = അധമൻ. കറ = ദോഷരോഹണം. മറ = വേദവാക്യം.

സ്നേഹത്തിനു എത്രതന്നെ ഹാനി തട്ടിയിരുന്നാലും എന്നെക്കുറിച്ച് ആരെങ്കിലും പറയുന്ന ഇത്ര നീചമായ ദൂഷണത്തിൽ ചെവികൊടുത്തത് അദ്ദേഹത്തിന്റെ പുരുഷസ്വഭാവത്തിനുതന്നെ ചേർന്നതല്ലെന്നു സീത ആശ്ചര്യപ്പെടുന്നു.

133. ആശരവംശകാനനം = രാക്ഷസവംശമാകുന്നകാട്. മരു = വെറും ഭൂമി. പുരുഷവ്യാഘ്രലൻ = ശൂരപരുഷൻ. ഇത് = മേൽ സൂചിപ്പിച്ച ഭാര്യാദൂഷണസഹനം.

സീതയുടെ സ്തനത്തെ സ്പർശിക്കാൻ വന്ന കാക്കയെ രാമൻ പുൽക്കോൽ പറിച്ചമ്പാക്കി എയ്തുവെന്ന് *രാമായണ*ത്തിലൊരു കഥയുണ്ട്. ഭാര്യാവിഷയത്തിൽ തുച്ഛകാര്യത്തിൽകൂടി ഇത്ര അഭിമാനമുള്ള ആളും രാക്ഷസവശത്തെ സംഹരിച്ച മഹാവീരനുമായ രാമനു മേൽ സൂചിപ്പിച്ച കൃപണസ്വഭാവം വരാൻ പാടുണ്ടോ എന്നു സീത ബലമായി സംശയിക്കുന്നു. കാവ്യലിംഗരൂപകാലങ്കാരങ്ങൾ.

134. അഥവാ = പക്ഷേ. നിജനീതി രീതി = തന്റെ രാജ്യനീതിയുടെ ക്രമം. അനുസരിച്ചു കഥ = വാർത്ത. ഒറ്റിനാൽ = ചാരന്മാർ വഴിക്കെന്നു താല്പര്യം. പ്രഥമനായശോധനൻ = വ്യാപിച്ചിരിക്കുന്ന യശസ്സു തന്നെ ധനമായിട്ടുള്ളവൻ. അദ്ദ്ശ്രുതി = എന്നെക്കുറിച്ച് ചാരന്മാർ അറിഞ്ഞ ദുരപവാദം ഇത്ര വലിയ ഒരു കുറ്റം രാമനിൽ ആരോപിക്കാൻ സാധിക്കാഞ്ഞിട്ടു സീത മറിച്ചു ചിന്തിപ്പാൻ ആരംഭിക്കുന്നു.

135. ഉടൻ = അപവാദം ചെവിയിൽ എത്തിയ ക്ഷണത്തിൽ. തീ = സന്താപാഗ്നിയെന്നു താല്പര്യം. ധർമ്മശൂരത = ധർമ്മത്തിനുവേണ്ടി എന്തും ചെയ്യുന്ന നിഷ്ഠ. സ്ഫുടം = സ്പഷ്ടമായി. തുടരാം = അനുഷ്ഠിച്ചുവെന്നു വരാം.

അപവാദശ്രവണത്തിൽ പെട്ടെന്നുണ്ടായ ഉദ്വേഗത്താൽ അദ്ദേഹം

എന്നെ ഉപേക്ഷിപ്പാൻ നിശ്ചയിച്ചതായിരിക്കാം. അതിനാലുണ്ടാകുന്ന ആപത്തുകളെപ്പറ്റി അഭിമാനിയായ അദ്ദേഹം അപ്പോൾ ചിന്തിച്ചില്ലെന്നും വരാം എന്നു താല്പര്യം. അലങ്കാരം രൂപകാതിശയോക്തിയും സമാസോക്തിയും അർത്ഥാന്തരന്യാസവും

136. വിഷയാധിപധർമ്മം = രാജധർമ്മം. വിഷമിച്ചു = ഗത്യന്തരമില്ലാതെ. വിഷസംക്രമശങ്ക = വിഷം പകരുമെന്നുമുള്ള ശങ്ക. വിഷഹിക്ക = സഹിക്ക. അംഗകൃന്തനം = അവയവച്ഛേദനം.

മറ്റുപ്രകാരത്തിൽ അകാര്യമാണെങ്കിലും രാജധർമ്മത്തെ പുരസ്കരിച്ച് അദ്ദേഹം ഇങ്ങനെ ചെയ്യാൻ ബദ്ധനായതാണെന്നു പിന്നെയും സ്ഥാപിക്കുന്നു.

137. ബലശാലി = ബലവാൻ. വികാരം = സ്തോഭം. ഉദാത്തഹൃദയനായ അദ്ദേഹം സംഗതിയൊന്നും പുറത്തു പറയാതെ തന്നെ ഉപേക്ഷിക്കയാണ് ചെയ്തതെങ്കിലും ഹൃദയത്തിൽ അദ്ദേഹം വളരെ ക്ലേശമനുഭവിച്ചിരിക്കാമെന്നു താല്പര്യം. ദൃഷ്ടാന്താലങ്കാരം.

138. പരകാര്യപരൻ = പരകാര്യത്തിൽ തല്പരൻ. സ്വകൃത്യം = തന്റെ കർത്തവ്യം. ത്വര = പൊടുന്നനെ. രഘുസൂനു = രാഘവൻ.

രാജാവിന്റെ നിലയിൽ കർത്തവ്യമായിത്തോന്നിയ എന്റെ പരിത്യാഗം പെട്ടെന്നു സഭയിൽ പ്രസ്താവിക്കുകയും സത്യസന്ധനായ അദ്ദേഹം ഒടുവിൽ അങ്ങനെ ചെയ്യാൻ നിർബ്ബന്ധിതനാകയും ചെയ്തതായിരിക്കണമെന്നു രാമന്റെ സ്വഭാവത്തിൽ തനിക്കുള്ള പരിചയത്തെ അടിസ്ഥാനമാക്കി സീത പരിച്ഛേദിക്കുന്നു. ഈ അഭിപ്രായം താഴെ സ്ഫുടതരമാക്കുന്നു.

139. അരക്കർ = രാക്ഷസന്മാർ. ഹതി = നിഗ്രഹം. ഏറ്റത് = ഏറ്റു പറഞ്ഞത്. ധൃതിയിൽ = ബദ്ധപ്പാടിൽ. ഋശ്യമൂകഭൂവ് = ഋശ്യമൂകപർവ്വതപ്രദേശം. ബാലിവധപ്രതിജ്ഞ = ബാലിയെ കൊല്ലാമെന്നു സുഗ്രീവനോടുചെയ്ത വാഗ്ദാനം.

140. ഭാനുമൽകുലചൂഡാമണി = സൂര്യകുലാധിപനായ രാമൻ. കന്ദരം = ഗുഹ.

മഹാശയനായ ഭർത്താവിന്റെ കാര്യാർത്ഥമായ സാഹസങ്ങളെ ഗുണബുദ്ധ്യാ ക്ഷമിപ്പാൻ സീതയുടെ മനസ്സ് സന്നദ്ധമായിത്തുടങ്ങുന്നു. വികസ്വരാലങ്കാരം.

141. അച്ഛൻ = ദശരഥമഹാരാജാവ്. തൻപ്രിയ = കൈകേയി. അനുതാപാതുരൻ = പശ്ചാത്താപവിവശൻ

ഈ സാഹസശീലം രാമന് പരമ്പരാലബ്ധമാണെന്നും അതുകൊണ്ട് വിശേഷിച്ചും ക്ഷന്തവ്യമാണെന്നും സീത വിചാരിക്കുന്നു. വികസ്വരാലങ്കാരം.

143. അജൻ = അജമഹാരാജാവ്. പിതാമഹൻ = മുത്തച്ഛൻ. കാന്തമരണം = റാണിയായ ഇന്ദുമതിയുടെ അപ്രതീക്ഷിതമായ മരണം. രുജ = വിരഹ ദുഃഖം. തൽകുല പ്രജ = അദ്ദേഹത്തിന്റെ കുലസന്താന മായ രാമൻ. തദ്ഗുണശൈലി = അദ്ദേഹത്തിന്റെ പ്രസിദ്ധമായ അനു രാഗഗുണത്തിന്റെ ക്രമം. വരാം = പാരമ്പര്യമായി സംഭവിക്കാം.

മേൽപറഞ്ഞ സാഹസങ്ങൾ മാത്രമല്ല അന്യാദൃശമായ ഭാര്യാ സ്നേഹവും രാമനു കുലക്രമമായി സിദ്ധിച്ചിരിക്കുമല്ലോ എന്നു സീത വിഭാവനം ചെയ്യുന്നു.

144. വികല്പം = സന്ദേഹം. മൽപ്രാണയൈകനിഷ്ഠൻ = എന്റെ സ്നേഹ ത്തിൽ തന്നെ നിഷ്ഠയോടുകൂടിയവൻ. വിരഹം = ദീർഘമായ വിര ഹദുഃഖം. മഥിക്കിലും = ക്ലേശിപ്പിക്കലും. രതി = അഭിലാഷം. മുൻപ റഞ്ഞ വിഭാവനയെ കേൾവിയെയും വിശ്വാസത്തെയും അടിസ്ഥാ നമാക്കി സീത പരിച്ഛേദിക്കുന്നു.

145. ആദ്യവിയോഗവേള = പഞ്ചവടിയിൽവച്ചുണ്ടായ വിരഹം. ഉന്മാദം = ചിത്തഭ്രമം. രാഗവാൻ = സ്നേഹശീലൻ.

146. അതിമാനിനി = ഏറ്റവും പ്രണയകോപമുള്ളവൾ. സാനുശയൻ = പശ്ചാത്താപപ്പെടുന്ന രാമൻ.

ഈ വിരഹം എനിക്കു പ്രണയകോപംകൊണ്ട് സഹ്യമാണെന്നും മറിച്ച് രാമന് പശ്ചാത്താപംകൊണ്ട് തീരെ അസഹ്യമാണെന്നും സീത അനുകമ്പിക്കുന്നു.

147. അഹഹ = ആശ്ചര്യം. ഉൽസ്പൃഹ = ഉള്ളിലുള്ള അഭിലാഷം. കാഞ്ചന സീത = സ്വർണ്ണം കൊണ്ടുണ്ടാക്കിയ സീതാ പ്രതിമ. സഹ ധർമ്മിണി = ഭാര്യ. യജ്ഞശാല = യാഗശാല. ഗഹനം = അചി ന്ത്യം. സജ്ജന ചർച്ച = സജ്ജനങ്ങളുടെ നടത്ത.

ഈ സന്ദർഭത്തിൽ സീത, രാമൻ യജ്ഞപത്നിയായി സീതയുടെ പൊൻപ്രതിമ വച്ചിരിക്കുന്ന വിവരം സ്മരിക്കുകയും അദ്ദേഹത്തിന്റെ സ്ഥിരപ്രണയത്തെപ്പറ്റി ഏറ്റവും അഭിനന്ദിക്കുകയും ചെയ്യുന്നു.

148. സങ്കടം = ഏറ്റവും വിഷമം. നീതി = രാജ്യനീതി. പരതന്ത്രർ = സ്വാത ന്ത്ര്യമില്ലാത്തവർ. മൽപ്രതിമാരാധകൻ = എന്റെ പ്രതിമയെ ആരാ ധിക്കുന്നവൻ.

ജനാരാധനയ്ക്കായി എന്നെ ത്യജിച്ചുവെങ്കിലും എന്നെ പൂർവ്വാധികം രാമൻ ബഹുമാനിക്കുന്നുവെന്നും രാജ്യനീതി സ്വേച്ഛ പോലെ പ്രവർത്തിക്കാൻ പാടില്ലാതെ ധർമ്മതല്പരന്മാരായ രാജാക്കന്മാർ വലയുകയാൽ അവരുടെ ശിക്ഷയെപ്പറ്റി പരിഭവിക്കാൻ പാടില്ലെന്നും താല്പര്യം.

149. കവിൾത്തളിമം = കവിൾത്തടം. കണ്ടകോദ്ഗമം = രോമാഞ്ചം. ലളി താംഗി = സുന്ദരി. പുളിനം = മൺതിട്ട. രാമന്റെ സ്ഥിരസ്നേഹത്തെ

സംബന്ധിച്ചു മുൻസൂചിപ്പിച്ച സംഗതികളെ അനുസ്മരിച്ചിട്ട് സീതയ്ക്കു രോമാഞ്ചമുണ്ടായതായി ഇതിൽ വർണ്ണിച്ചിരിക്കുന്നു. ഉപമാലങ്കാരം.

150. ഘനം = സാന്ദ്രം. അനുകമ്പ = രാമനോടുള്ള അനുകമ്പാവൃത്തി. അനതിവ്യാകുലം = അതിവ്യാകുലമല്ലാതെ. ജനകാത്മജ = സീത. വനകല്ലോലിനി = കാട്ടാറ്.

സീതയുടെ ചിന്താഗതി പെട്ടെന്നു സ്തംഭിച്ചതിനേയും ഉടനെയുള്ള അനുവർത്തനത്തെയും കവി വർണ്ണിക്കുന്നു. രൂപകാലങ്കാരം.

151. വൻപ് = ധീരനെന്നുള്ള നാട്യം. മുറിവ് = ക്ഷതം. നീതി = രാജ്യധർമ്മം. അറ = ജയിലെന്നു താല്പര്യം. തടങ്ങൽ = ബന്ധനം.

അല്ലയോ രാജാവേ, പുറമേ ഗാംഭീര്യം നടിച്ചുകൊണ്ട് സ്വയംകൃതമായ കഠിനകൃതത്തെ ഓർത്ത് തന്നത്താൻ ശപിച്ചുകൊണ്ട് രാജധർമ്മമാകുന്ന ഇടുങ്ങിയ അറയിൽ അങ്ങ് തടവിലിരുന്ന് കഴിക്കയാണെന്നുള്ള സംഗതി ഞാനറിയുന്നു. ഇതുമുതൽ സീത രാമനെ അനുശോചിപ്പാനും അഭിനന്ദിക്കാനും ആരംഭിക്കുന്നു. അലങ്കാരം രൂപകാതിശയോക്തി രൂപകങ്ങൾ

152. ആത്മവൈഭവം = സ്വാതന്ത്ര്യശക്തി. ചിരബന്ധനം = വളരെക്കാലം കൂട്ടിൽ ബന്ധിച്ചിരിപ്പ്.

രാജാക്കന്മാർക്ക് എത്രതന്നെ സ്വശക്തിയുണ്ടായിരുന്നാലും പാരമ്പര്യാചാരങ്ങൾ അവരെ സ്തംഭിപ്പിച്ച് പരാധീനരാക്കും. അതുകൊണ്ട് തന്റെ വിഷയത്തിൽ സ്വശക്തി ഉപയോഗിക്കാൻ കഴിഞ്ഞില്ല എന്നു താല്പര്യം. ദൃഷ്ടാന്താലങ്കാരം.

153. പ്രിയ = പിടപ്പക്ഷിയെന്നു താല്പര്യം. ചേക്കുകൾ = ചേക്കിരിക്കുന്ന ദിക്കുകൾ. ഉദ്ഗളാന്തൻ = കഴുത്തുപൊക്കി നോക്കുന്നവൻ. പ്രിയതൻ = നിഷ്ഠകൊണ്ട് ക്ലേശിക്കുന്നവൻ. ഉഴന്നിടാം = ചുറ്റിത്തിരിയാം.

രാമനെ പഞ്ജരബദ്ധനായ ഒരാൺകിളിയായി അധ്യവസായം ചെയ്തു വർണ്ണിച്ചിരിക്കുന്നു. അലങ്കാരം രൂപകാതിശയോക്തി.

154. ചിലതിന്നൊലി = ചില പക്ഷികളുടെ ശബ്ദം. ചിലതിൻച്ഛായകൾ = ചില പക്ഷികളുടെ നിഴലുകൾ. ആർത്തനായ് = ഉൽക്കണ്ഠിതനായ്. നിലയിൽ = സ്ഥാനം വിടാതെ. പുഞ്ചപുടങ്ങൾ = ചുണ്ടുകൾ (കൊക്കുകൾ) മുൻ പദ്യത്തിലെ അധ്യവസായം ഇതിൽ തുടർന്നിരിക്കുന്നു. അലങ്കാരവും അതുതന്നെ.

155. അനിവാര്യാർത്തി = തീരാത്ത ഉൽക്കണ്ഠ. ഇതിൽ വിരഹത്തിന്റെ ഉൽക്കടകോടിയിലുള്ള മാനസാവസ്ഥകളെ വർണ്ണിച്ചിരിക്കുന്നു.

156. മരുവാം= ജീവിക്കാം. ദയിതാവിരക്തൻ = ഭാര്യയിൽ വെറുപ്പുള്ളവൻ. വിയുക്തൻ = വിരഹി. അതു രണ്ടും സാദ്ധ്യമാണെന്നു

താല്പര്യം കൃത്യനിഷ്ഠ = ധർമ്മത്തിലുള്ള നിഷ്ഠ. ത്യാഗം = ഷയ ത്യാഗം. രാമനെപ്പോലെ സ്വസുഖം ത്യജിച്ച് കൃത്യമനുഷ്ഠിക്കാൻ മറ്റാർക്കും സാദ്ധ്യമല്ലെന്ന് താല്പര്യം.

157. മുടി = രാജകിരീടം. ജനേച്ഛ = പ്രജകളുടെ അഭിപ്രായം. തടി = ശരീരം.

പൂർവ്വരാജാക്കന്മാർ രാജ്യത്തെയും ശരീരത്തെയും തന്നെ ഉപേക്ഷിച്ച് പ്രതിജ്ഞ പരിപാലിച്ചിട്ടുണ്ടെന്നുള്ളതു ശരി തന്നെ. പ്രജകളുടെ ഹിതംപോലെ രാജ്യം പരിപാലിച്ച് ജീവിച്ചിരിക്കുന്ന കാര്യം അതിനേക്കാൾ ദുഷ്കരമാണ്. അതുകൊണ്ട് രാമൻ തന്റെ പൂർവ്വന്മാരെ ഒക്കെക്കാൾ മഹാനാണെന്നു താല്പര്യം.

158. യമാദിശിക്ഷ = യമനിയമാദിയോഗാംഗങ്ങളുടെ അഭ്യാസം. വ്രതികൾ = മുനിമാർ. ബഹുമാന്യൻ = പൂജ്യൻ. ക്ഷിതിപാലക ധർമ്മദീക്ഷ = രാജധർമ്മാനുഷ്ഠാനം. അതിവർത്തിപ്പൂ = ജയിപ്പൂ. സമസ്ത രാജകം = എല്ലാ രാജസമൂഹത്തെയും മേൽപറഞ്ഞ അഭിപ്രായം സവിശേഷം ഇതിൽ വിസ്തരിച്ചിരിക്കുന്നു.

159. കൃതികൾ = പുണ്യവാന്മാർ. ക്ഷിതിവാസം = ജീവിതം. വിശ്വോത്തരൻ = സർവ്വോൽകൃഷ്ടൻ

രാമന്റെ ലോകാതിശായിയായ മഹിമയ്ക്കു കാരണം ലോകത്തിനു വേണ്ടി ഏതു കഷ്ടതയും സഹിപ്പാൻ അദ്ദേഹം ഒരിക്കലും മടിക്കാഞ്ഞതാണെന്നു താല്പര്യം.

160. കൊതി = വിഷയാഭിലാഷം. ഇന്ദ്രിയങ്ങൾ = ചക്ഷുരാദികൾ. നിരാശൻ = പ്രതിബന്ധങ്ങൾകൊണ്ട് ഇച്ഛാഭംഗപ്പെടുന്നവൻ. മൃതിഭീതി = മരണഭയം. ആ സ്ഥിതി = ആ ഉദരപരായണത്വം. ചിന്തിയാ = ഗണിക്കയില്ല. മനുഷ്യൻ ഭോഗം കൊണ്ടല്ല. ത്യാഗംകൊണ്ടാണ് കൃതാർത്ഥനാകേണ്ടതെന്നു താല്പര്യം.

161. അതിമാനുഷശക്തി = അലൗകികപരാക്രമശാലി. യമി = യോഗി. യമശാലി = ഇന്ദ്രിയനിഗ്രഹമുള്ളവൻ. ദ്യുതിയേറിയ = പ്രകാശമേറിയ. ധർമ്മദീപം = ധർമ്മരഹസ്യം; അനുഷ്ഠാനംകൊണ്ട് പ്രകാശിക്കുന്ന വിളക്ക്. അമ്മതിമാൻ = മഹാവിവേകിയായ രാമൻ. മാന്യൻ = അഭിനന്ദനീയൻ. സർവ്വഥാ = എല്ലാ പ്രകാരത്തിലും.

162. അതിവിസ്തൃതകാലദേശജസ്ഥിതി = പല പ്രകാരത്തിൽ ഭിന്നമായ കാലാവസ്ഥയും ദേശാവസ്ഥയും. നീതി = രാജ്യനീതിയും സമുദായനീതിയും. വിഭിന്നം = മാറിപ്പോകുന്നത്. ക്ഷിതിനാഥ! = രാജാവേ! പരാർത്ഥജീവികൾ = പരന്മാർക്കു വേണ്ടി സ്വസുഖത്തെ ത്യജിച്ചു ജീവിതം കഴിക്കുന്നവർ. എതിരില്ലാത്ത = തുല്യമില്ലാത്ത. നിദർശനം = ദൃഷ്ടാന്തം.

അങ്ങ് ഇന്നു അനുഷ്ഠിക്കുന്ന നീതി കാലാന്തരത്തിലോ ദേശാന്തര

ത്തിലോ നീതിയായി ഗണിക്കപ്പെടാതെ വന്നാൽക്കൂടിയും അതിൽ അങ്ങ് പ്രദർശിപ്പിച്ച ആത്മത്യാഗംകൊണ്ട് അങ്ങ് ലോകത്തിൽ ഏറ്റവും ഉൽകൃഷ്ടമായ ഒരു സ്ഥാനത്തിനു അർഹനാണെന്നുള്ള തിൽ പക്ഷാന്തരമുണ്ടാകില്ലെന്നു താല്പര്യം.

163. ക്ഷുഭിതേന്ദ്രിയ = ക്ഷോഭിച്ച അന്തഃകരണത്തോടുകൂടിയവൾ. ഉപ ദർശിച്ച = കണ്ട. കളങ്കരേഖകൾ = കളങ്കാംശാങ്ങൾ അഭിമാനിനി = അഭിമാനമുള്ളവൾ.

സീത രാമന്റെ അഭിനന്ദനത്തെ സമാപിക്കുകയും മുൻപിൽ ചെയ്ത ഉപാലംഭനത്തിന് സകാരണമായി ക്ഷമായാചനം ചെയ്യുകയും ചെയ്യുന്നു. അലങ്കാരം കാവ്യലിംഗം.

164. മച്ചരിതം = എന്റെ ജീവിത ചരിത്രം ക്ഷമായാചനംകൊണ്ടു തൃപ്തി പ്പെടാതെ സീത രാമനോടുള്ള ആദരാതിശയത്താൽ ആത്മാപാലംഭം ചെയ്യാനാരംഭിക്കുന്നു.

165. താൻ നിമിത്തം ഭയങ്കരങ്ങളായ യുദ്ധങ്ങളും കഷ്ടതകളും ലോക ത്തിനുണ്ടായതിനെപ്പറ്റി സീത അനുതപിക്കുന്നു.

166. നീതിസംഗ്രഹം = നീതിനിബന്ധനകൾ, മറിയാം = മാറിമാറി വരാം. കുറിയിൽ = ലക്ഷ്യത്തിൽ. കുടുകർമ്മപാകം = ഉൽക്കടമായ പുണ്യ പാപകർമ്മഫലം.

ലോകനീതികൾക്കു കാലാന്തരത്തിൽ മാറ്റങ്ങൾ സംഭവിക്കാമെ ങ്കിലും പ്രാണികൾ ചെയ്യുന്ന കർമ്മങ്ങളുടെ ഗുണദോഷഫലങ്ങൾ ഒരിക്കലും തെറ്റാതെ അവരെ പിന്തുടർന്നു ബാധിക്കുകതന്നെ ചെയ്യും. ഇങ്ങനെ പറഞ്ഞിട്ട് സീത തന്റെ ഈ അവിചാരിതങ്ങളായ ദുഃഖങ്ങൾക്കു കാരണം മേൽസൂചിപ്പിച്ച പാപഫലങ്ങൾ ആയിരി ക്കുമെന്നു ദ്യോതിപ്പിക്കുന്നു.

167. തീക്ഷ്ണശരങ്ങളെ! = മൂർച്ചയുള്ള കർമ്മഫലങ്ങളാകുന്ന അമ്പു കളെ! ക്ഷതം = മുറിവ്. മരവിച്ച = നൈരാശ്യംകൊണ്ട് തഴമ്പിച്ച. ലോകചക്രം = ചക്രം പോലെ പരിവർത്തിക്കുന്ന ലോകം. ഗത = നഷ്ടപ്രായ. ഇങ്ങ് = ഇവിടെ (ഈ കാലഘട്ടത്തിൽ). തള്ളുക = വിട്ടേ ക്കുക.

സീത മേൽ സൂചിപ്പിച്ച പാപഫലങ്ങൾ ഇനി തന്നെ ബാധിക്കയി ല്ലെന്നും ലോകചക്രത്തിന്റെ പരിവർത്തന പരിധിയിൽനിന്നു ഉടനെ താൻ മുക്തയാകുമെന്നും സൂചിപ്പിക്കുന്നു?

168. ചരിതാർത്ഥത = കൃതാർത്ഥത. ദേഹി = ആത്മാവ്. നട്ടുവൻ = നടൻ.

താൻ ലോകത്തിലുള്ള സകല സുഖദുഃഖങ്ങളെയും അനുഭവിച്ചു കൃതാർത്ഥയായി എന്നും ലോകരംഗത്തിൽ താൻ ഇനി ജീവിച്ചിരി ക്കേണ്ട ആവശ്യകതയില്ലെന്നും സീത നിശ്ചയിക്കുന്നു. ദൃഷ്ടാന്താല ങ്കാരം.

169. വനഭൂവിൽ = കാട്ടിൽ. താൻ പെറുംധനം = താനുനുഭവിപ്പിച്ച വില പിടിച്ച നെന്മണികൾ. ശാലികൾ = നെല്ലുകൾ. ഘനം = ഗൗരവം ജനനീശൂക്തികൾ = മുത്തിന്റെ ഉല്പത്തി ഹേതുക്കളായ മുത്തുചിപ്പികൾ.

ഗാർഹസ്ഥ്യത്തിന്റെ മുഖ്യധർമ്മമായ സന്താനോല്പാദനം കൂടി സാധിതമായിരിക്കുകയാൽ അതിനായിട്ടും താൻ ഇനിയും ജീവിച്ചിരിക്കേണ്ട ആവശ്യമില്ലെന്നു താല്പര്യം. ദൃഷ്ടാന്തസാമർത്ഥ്യം കൊണ്ട് സന്താനോല്പാദനത്തെ ആവർത്തിപ്പാനായി ജീവിച്ചിരിക്കുന്നത് അവിഹിതമെന്നു കൂടി സിദ്ധിക്കുന്നു. അപ്രസ്തുത പ്രശംസാലങ്കാരം.

170. മനോനഭസ്സ് = മനസ്സാകുന്ന ആകാശം. ഒളി = പ്രകാശം. വീശുന്നു = പരത്തുന്നു. സിന്ധുവിൽ = സമുദ്രംപോലെയുള്ള മഹാകാലത്തിൽ എന്നു താല്പര്യം. കളിയായ് = ആയാസം കൂടാതെ. ഇന്നദി = നദി പോലെ ഒഴുകുന്ന തന്റെ ജീവിതം.

തന്റെ ഉള്ളിൽ ഞെരുങ്ങിക്കിടന്നിരുന്ന വിചാരങ്ങളെല്ലാം വാഗ്രൂപേണ ബഹിഷ്കരിച്ചു കഴിഞ്ഞപ്പോൾ ഉണ്ടായ ഹൃദയലാഘവത്തേയും മനഃപ്രസാദത്തേയും പിന്തുടർന്നുണ്ടായ ബുദ്ധിയുടെ അലൗകികമായ ഉന്മേഷവിശേഷത്തെയും തന്റെ ജീവിതം ക്ലേശലേശം കൂടാതെ മഹാകാലത്തിൽ ഉടനെ മറവാൻ പോകുന്നതായി താൻ കാണുന്നതിനെയും സീത വർണ്ണിക്കുന്നു. അലങ്കാരം രൂപകവും രൂപകാതിശയോക്തിയും.

171. ദിനസാമ്രാജ്യപതി = ദിനമാകുന്ന രാജ്യത്തിന്റെ അധിപതി. സ്വർഗ്ഗസ്ഥനെന്നും. അനിയന്ത്രിത ദീപ്തി = അനിവാര്യമായ തേജസ്സോടു കൂടിയത്. കതിർക്കനകാസ്ത്രാവൃതൻ = സ്വർണ്ണശരങ്ങൾപോലെയുള്ള കിരണങ്ങളാൽ ആവൃതമായ ശരീരത്തോടുകൂടിയൻ.

ലോകത്തിൽനിന്നുള്ള തന്റെ അവസാനമായ യാത്രയെ ബുദ്ധിയിൽ കാണുന്ന സീത പ്രകൃതിയിലുള്ള അതിമനോഹരങ്ങളും അത്യുൽകൃഷ്ടങ്ങളും അതുകൊണ്ടു താനധികം സ്നേഹിച്ചവയുമായ വസ്തുക്കളോട് യാത്രപറയുവാൻ ഉപക്രമിക്കുന്നു. ഈ പദ്യത്തിൽ സൂര്യനോടു യാത്ര പറയുന്നു. സ്വർഗ്ഗസ്ഥനും സൂര്യവംശജനുമായ ദശരഥചക്രവർത്തിയെ സീത അനുസ്മരിക്കുന്നതായി വിശേഷണങ്ങൾകൊണ്ടു ധ്വനിക്കുന്നു.

172. സുസിതാംബരൻ = വെളുത്ത ആകാശമാകുന്ന വസ്ത്രത്തോടുകൂടിയവൻ. വൃദ്ധൻ = പൂർണ്ണൻ. വയോധികനെന്നും. ബിസിനീതന്തുമരീചികേശൻ = താമരനൂലുപോലെ വെളുത്ത കേശങ്ങളോടുകൂടിയവൻ. ലസിതസ്മിതൻ = പ്രസന്നമായി പുഞ്ചിരി തൂകുന്നവൻ. ചന്ദ്രികാഭസിതസ്നാതൻ = വെണ്ണിലാവാകുന്ന ഭസ്മത്തിൽ സ്നാനം ചെയ്തവൻ. മൃഗാങ്കൻ = ചന്ദ്രൻ; മടിയിൽ മാൻ കുട്ടിയെ വച്ചിരി

ക്കുന്നവനെന്നും.

ഇതിൽ സീത ചന്ദ്രനോട് യാത്ര പറയുന്നു. തന്റെ പിതാവും ചന്ദ്ര വംശജനും വൃദ്ധനും ശിവഭക്തനുമായ ജനകമഹാരാജാവിനെകൂടി ഈ സന്ദർഭത്തിൽ സീത അനുസ്മരിക്കുന്നതായി വിശേഷണങ്ങൾ വ്യഞ്ജിപ്പിക്കുന്നു. അലങ്കാരം സമാസോക്തി.

173. ദ്യുതി = പ്രകാശം. നതി = നമസ്കാരം

ഇതിൽ നക്ഷത്രങ്ങളോടു സീത യാത്ര പറയുന്നു. ദൂരെ വനങ്ങളിൽ താമസിച്ച് ലോകത്തിന് വിജ്ഞാനപ്രദങ്ങളായ ഉപദേശങ്ങൾ നല്കി ധർമ്മമാർഗ്ഗം തെളിയിക്കുന്ന ഋഷിമാരെയും സീത ഈ സന്ദർഭത്തിൽ സബഹുമാനം അനുസ്മരിക്കുന്നതായി ഈ പദ്യം സൂചിപ്പിക്കുന്നു.

174. നിയതം = നിയമേന. ചിത്രവിരിപ്പ് = ചിത്രവർണ്ണമായ തിരശ്ശീലപോലെയുള്ള സന്ധ്യാമേഘങ്ങളെന്ന് താല്പര്യം. വിയദാലയവാതിൽ = ആകാശ (സ്വർഗ്ഗ) ഭവനത്തിന്റെ വാതിൽ പോലിരിക്കുന്ന കിഴക്കും പടിഞ്ഞാറുമുള്ള ദിഗന്തങ്ങൾ എന്ന താല്പര്യം. അലങ്കാരം രൂപകാതിശയോക്തി.

175. രമണീയവനങ്ങളേ! = മനോഹരങ്ങളായ കാടുകളേ! രണദ്ഭ്രമരവ്യാകുലം = ശബ്ദിക്കുന്ന വണ്ടുകളാൽ ചൂഴപ്പെട്ടത്. സുമങ്ങളെ! = പുഷ്പങ്ങളെ! ക്രമമെന്നി = അമിതമായി പ്രമദം = ഹർഷം. ഭാവം സ്പഷ്ടം.

176. അതിരമ്യബഹിർജ്ജഗത്ത് = അതിമനോഹരമായ ഈ ദൃശ്യലോകം. മനോരഥം = മനോരാജ്യം (അല്ലെങ്കിൽ) പ്രതിപത്തി. ഇബ്ഭംഗികൾ = മേൽവിവരിച്ച മനോഹരവസ്തുക്കൾ എന്നർത്ഥം.

ബഹിർലോകത്തോട് യാത്ര പറഞ്ഞുകഴിഞ്ഞിട്ട് സീത, തന്റെ ശരീരത്യാഗത്തിനു ശേഷമുള്ള അവസ്ഥയെക്കുറിച്ചു ചിന്തിക്കുന്നു. തന്റെ സ്ഥൂലശരീരം ഭൂമിയിലും മനോഭാവങ്ങൾ അതിന്റെ അലംബനങ്ങളായ മുൻപറഞ്ഞ ഓരോ പ്രകൃതി ശോഭകളിലും ലയിക്കുന്നതാണെന്നും. അതുകൊണ്ടുതന്നെ താൻ ഒന്നിനോടും യാത്രപറഞ്ഞു പിരിയേണ്ടതില്ലെന്നും ഊഹിക്കുന്നു. ഭാവങ്ങൾക്കൊന്നിനും തന്നെ മാറ്റങ്ങളല്ലാതെ നാശമുണ്ടാകുന്നില്ലെന്നും താല്പര്യം. കാവ്യലിംഗം അലങ്കാരം.

177. ജനയിത്രി = അമ്മ. തനയസ്നേഹമൊട് = പുത്രവാത്സല്യത്തോടുകൂടി. ഉജ്ജ്വലമഞ്ചഭൂവ് = പ്രകാശമുള്ള ശയ്യാഗൃഹം. അനഘേ = പരിശുദ്ധേ!

സീത തന്റെ ത്യക്തമായ ശരീരം ഭൂമിയിൽ ലയിപ്പിക്കുന്നതിനെപ്പറ്റി വീണ്ടും സവിശേഷം ചിന്തിക്കുന്നു. സീത ഭൂഗർഭത്തിൽ പ്രവേശിച്ചുവെന്നുള്ള രാമയണകഥ ഇവിടെ അനുസന്ധേയമാണ്.

178. ഗിരി നിർഝരശാന്തി ഗാനം = മലയരുവിയുടെ മുഴക്കമാകുന്ന ശാന്തി

ഗാനം എന്നു താല്പര്യം. അദ്ദരിയിൽ = മേൽ പറഞ്ഞ ഭൂഗർഭത്തിൽ. തരുഗുല്മസഞ്ചയം = വൃക്ഷങ്ങളുടെയും ചെടികളുടെയും കൂട്ടം. എന്റെ മേൽ = ഞാൻ ശയിക്കുന്നതിന് ഉപരിഭാഗത്ത്. പ്രേതാവസ്ഥയിലും മനോഹരങ്ങളായ ഓരോ പ്രകൃതി വിഭവങ്ങൾ തന്നെ വിട്ടു മാറുന്നില്ലെന്നു സീത ആശംസിക്കുന്നു. പ്രകൃതി സൗഭാഗ്യത്തിൽ ആ ഭൂപുത്രിക്കുള്ള ആസക്തി അത്ര ദൃഢതരമാണെന്നു താല്പര്യം.

179. കളനാദമാർന്നിടും = മനോഹരമായ സ്വരമാധുര്യമുള്ളത്. വികിരശ്രേണി = പക്ഷിവർഗ്ഗങ്ങൾ. മൃഗങ്ങൾ = മാൻകൂട്ടങ്ങൾ. മേൽ സൂചിപ്പിച്ച ആശയത്തെ ഈ പദ്യത്തിൽ തുടരുന്നു.

180. സാനുഭൂ = സാനുപ്രദേശങ്ങൾ (പർവ്വതത്തിന്റെ താഴ്വരകൾ) കുതുകം = സന്തോഷം.

മേൽ സൂചിപ്പിച്ച ആശയത്തെ ഭംഗ്യന്തരേണ ഉറപ്പിച്ചു പറയുന്നു. താൻ ഭൂമിയിൽ ലയിച്ചാൽ ഭൂമിയിലുള്ള സർവ്വവിഭവവും തന്റേതായി എന്നു താല്പര്യം.

181. സസുഖം = സുഖത്തോടുകൂടി. ഭവദങ്കശയ്യ = ഭവതിയുടെ മടിയാകുന്ന മെത്ത. സുഷുപ്തിയിൽ = ഒന്നുമറിയാത്ത നിദ്രയിൽ. എൻ പ്രസുവേ! = എന്റെ അമ്മയായ ഭൂമിയെ എന്നു താല്പര്യം. ശരീരത്തിന്റെ ലയത്തെപ്പറ്റിയുള്ള ചിന്ത അവസാനിപ്പിച്ചിട്ട് സീത പെട്ടെന്നു തന്റെ ബുദ്ധിയെ ചൈതന്യത്തിലേക്കു തിരിക്കുകയും അതു സൂക്ഷ്മമായ ഉപരിലോകത്തിലേക്കു ഉദ്ഗമിക്കുന്നതാണെന്നു ഊഹിക്കയും ചെയ്യുന്നു.

182. തടിനീജലബിംബിതാംഗി = നദീജലത്തിൽ ബിംബിച്ച രൂപത്തോടുകൂടിയത്. ക്ഷമ= ഭൂമി. താര = നക്ഷത്രം. സ്ഫുടമായ് = പ്രത്യക്ഷമായ്. ഭവദംഘ്രിലീന = ഭവതിയുടെ പാദത്തിൽ ലയിച്ചവൾ. ദ്യോവിൽ = ആകാശത്തിൽ (ഉപരിലോകത്തിലെന്നു താല്പര്യം)

മേൽ സൂചിപ്പിച്ച അഭിപ്രായത്തെ ഇതിൽ വർണ്ണിക്കുന്നു. ഞാൻ ഭൂമിയിൽ ലയിച്ചതായി ജനദൃഷ്ടിയിൽ തോന്നിയാലും ജലത്തിൽ പ്രതിംബിംബിച്ച് ഭൂമിയുടെ അടിയിൽ കാണുന്ന നക്ഷത്രത്തിൽ എന്നപോലെ എന്റെയും ഉജ്ജ്വലമായ ആത്മചൈതന്യം ഉപരിലോകത്തിൽ പ്രതിഷ്ഠിതമായിരിക്കും എന്നു സാരം. ഉപമാലങ്കാരം.

183. ഭുജശാഖ = അവിടത്തെ കൈയാകുന്ന വൃക്ഷശാഖ. ആശ്രയം = വിശ്രമസ്ഥാനം.

സീതയുടെ ആത്മബോധം പ്രകാശിക്കുന്നു. ഉൽക്രമിക്കുന്ന ജീവാത്മാവിന്റെ ആശ്രയനിരപേക്ഷവും സ്വതന്ത്രവുമായ സ്വഭാവം സീത കാണുന്നു. പരമാത്മസ്വരൂപമാകുന്ന അഖണ്ഡാകാശത്തിൽ സകല ദുഃഖവും അറ്റു ലയിക്കുന്ന ആ ആത്മാവിന് അജ്ഞാനാവസ്ഥയിൽ ഉണ്ടായിരുന്ന വിശ്രമസ്ഥാനങ്ങൾ ഒന്നും ആവശ്യമില്ലാത്തതിനാൽ

അവസാനമായി സീത രാമന് വന്ദനം പറയുന്നു.

184. കനം = ഭാരം. അണ്ഡമണ്ഡലം = ബ്രഹ്മാണ്ഡ സമൂഹം. അനഘ സ്ഥാനം = നിർമ്മലസ്ഥാനം. ആദിധാമം = സൃഷ്ടിക്കു മുമ്പേയുള്ള സർവ്വാധാരമായ സത്ത് (ജ്യോതിസ്സ്)

പരസ്പരം ആകർഷിക്കുന്ന പിണ്ഡങ്ങളും അതിന്റെ ഉപാദാനകാര ണങ്ങളും മേൽ പറഞ്ഞ സ്ഥാനത്തില്ലെന്നും അത് ഉദയാസ്തമയ ങ്ങളില്ലാത്ത ചിദാകാശമാണെന്നും താല്പര്യം.

185. രുജ = ദുഃഖം. പരിപക്വസത്ത്വൻ = പരിപക്വമായ അന്തഃകരണത്തോ ടുകൂടിയവൻ. നിജഭാരങ്ങൾ = തന്റെ സംസാരഭാരങ്ങൾ. അജപൗ ത്രൻ = അജമഹാരാജാവിന്റെ പൗത്രനായ രാമൻ. ഭജമാനൈകവി ഭാവ്യം = അനുഭവിക്കുന്നവരാൽ അറിയപ്പെടുന്നത്.

വിരഹ ദുഃഖത്താൽ വൈരാഗ്യം സ്ഥിരീഭവിച്ച് ആത്മശുദ്ധി വന്ന ശേഷം രാമനും ആ സ്ഥാനത്തെ താമസിയാതെ പ്രാപിക്കുമെന്ന് സീത പ്രതീക്ഷിക്കുന്നു. അജപൗത്രൻ എന്ന വിശേഷണംകൊണ്ട് ഇന്ദുമതിയെ അനുഗമിച്ച പിതാമഹനെപ്പോലെ രാമൻ സീതയെ അനുഗമിക്കുമെന്നും ധ്വനിക്കുന്നു.

186. ഉൽകമ്പം = വിറയൽ. ശബ്ദവിചാരമിശ്രം = വാക്കും വിചാരവും ഇട കലർന്ന വിധത്തിൽ.

ഈ ഘട്ടത്തിൽ ഊഹത്താലോ അലൗകിക പ്രത്യക്ഷത്താലോ സീതയെ രാമൻതന്നെ നഗരത്തിലേക്കു തിരിയെ വിളിക്കാൻ വാല്മീ കിയെ ആശ്രമത്തിലേക്കു പറഞ്ഞയക്കുന്നതായി കാണുകയും അതിൽ തനിക്കുള്ള കഠിനമായ വെറുപ്പുകൊണ്ട് ക്ഷോഭിക്കയും ചെയ്യുന്നു.

187. തെളിവേകി = കുറ്റക്കാരിയല്ലെന്നു ജനങ്ങൾക്കു തോന്നത്തക്ക സാക്ഷ്യം നല്കി. ദേവിയായ് = പട്ടമഹിഷിയായി.

ഇത് മേൽ സൂചിപ്പിച്ച വാല്മീകിയുടെ ആഗമനത്തെ ബുദ്ധിയിൽ വെച്ചുകൊണ്ട് ഈ പദ്യത്തിൽ സീത അദ്ദേഹത്തോടഭിമുഖമായി മറുപടി പറയുന്നു. പാവയോ എന്ന ചോദ്യംകൊണ്ട് ജനബോദ്ധ്യ ത്തിനായി എപ്പോഴും കൂത്താടാൻ തന്റെ സ്ത്രീത്വാഭിമാനം അനു വദിക്കയില്ലെന്ന് സൂചിപ്പിക്കുന്നു.

188. അനഘാശയ! = നിർമ്മലാത്മാവായ മഹർഷേ! ചേതന = അന്തഃക രണം. വഴങ്ങിടാ = നഗരത്തിലേക്കു പോകണമെന്നുള്ള അവിടത്തെ ആജ്ഞയ്ക്കു കീഴ്പ്പെടുകയില്ല. നിനയായ് മറിച്ച് = അവനിതയാ ണെന്നു ശങ്കിക്കരുത്. വിനയം = മര്യാദ. വിധേയം = വശംവദം.

എന്റെ അന്തക്കരണവും ആത്മാവും ഈ ശാസനയ്ക്ക് ഒരിക്കലും കീഴടങ്ങുകയില്ലെന്നും അതുകൊണ്ടു ഞാൻ അവിനീതയാണെന്ന് അങ്ങു ശങ്കിക്കരുതെന്നും മര്യാദയിൽ ശീലിച്ചിട്ടുള്ള എന്റെ ശരീരം

അവിടത്തെ ആജ്ഞയ്ക്കു വശംവദമായേക്കാം എന്നു താല്പര്യം.

189. ചിന്തകൾ = സന്താപകരങ്ങളായ വിവിധ മനോവൃത്തികൾ ഉപമാനസാമർത്ഥ്യം കൊണ്ട് സീതയ്ക്ക് ഈ ഘട്ടത്തിൽ ഗത്യന്തരമില്ലെന്നു വ്യഞ്ജിക്കുന്നു.

190. താരജാലം = നക്ഷത്രഗണങ്ങൾ. പശ്ചിമപയോധി = പടിഞ്ഞാറെ സമുദ്രം. ഇതരോഡുഗണങ്ങൾ = സന്ധ്യക്ക് ഉദിക്കാത്ത മറ്റു നക്ഷത്രങ്ങൾ. ഇങ്ങ്, ഇത്, എന്ത് = ഈ നേരത്തും ഇവിടെ എന്തൊരിരിപ്പാണിത്. ഈ സന്ദർഭത്തിൽ രാത്രി വളരെ കഴിഞ്ഞിട്ടും ഭൂതാവിഷ്ടയെപ്പോലെ സീത പുറത്തിരിക്കുന്നതു കണ്ടിട്ട് ഒരുതാപസി വന്നു സീതയോട് ഇങ്ങനെ വിളിച്ചു പറയുന്നു.

191. തീർത്ഥപ്രോക്ഷണം = തീർത്ഥജലം മുഖത്ത് തളിക്കൽ. അക്കുലപതി = കുലപതിയായ വാല്മീകി.

സീത ബോധം കെട്ടിരിക്കുന്നത് മനസ്സിലാക്കി താപസി മുഖത്തു തീർത്ഥജലം തളിച്ചു താങ്ങി ആശ്രമത്തിൽ കൊണ്ടുപോയി കിടത്തുന്നു. നേരം പ്രഭാതമാകാറായി. സീത വിചാരിച്ചതുപോലെ വാല്മീകി രാമന്റെ സന്ദേശത്തോടുകൂടി അവിടെ എത്തുകയും ചെയ്യുന്നു.

192. മുനീന്ദ്രൻ = വാല്മീകി. അധോവദന = മുഖം താഴ്ത്തിയവൾ. അസ്സഭാവേദി = അയോദ്ധ്യയിലെ സഭയുടെ മുമ്പാകെ. അനുശയക്ലാന്താസ്യൻ = പശ്ചാത്താപത്താൽ വാടിയ മുഖത്തോടുകൂടിയവൻ. കാന്തനെ = ഭർത്താവായ ശ്രീരാമനെ. പൗരസമക്ഷം = തന്നെക്കുറിച്ചപവാദം പറഞ്ഞ പൗരന്മാരുടെ മുമ്പാകെ. സതീ = പതിവ്രതയായ സീത.

സീത വളരെ വിസമ്മതിച്ച ശേഷം വാല്മീകിയെ പിന്തുടരുന്നു. വഴിക്കു മുമ്പേ നടക്കുന്ന അദ്ദേഹത്തിന്റെ പാദങ്ങളെ അല്ലാതെ മറ്റൊന്നിനെയും നോക്കുന്നില്ല. സഭയിൽ എത്തി പശ്ചാത്താപംകൊണ്ട് വാടിയ രാമന്റെ മുഖത്തെ ഒരിക്കൽ നോക്കുന്നു. അടുത്തിരിക്കുന്ന പൗരന്മാരെയും കാണുന്നു. ഈ ധർമ്മസങ്കടത്തിൽ മാനിനിയായ ആ പതിവ്രത അന്തഃകരണത്തിൽ പോരാടുന്ന ശക്തിയേറിയ വികാരങ്ങളാൽ അപഹൃതപ്രാണയായിട്ടോ യോഗവൈഭവത്താലോ ഈ ലോകത്തെ ത്യജിച്ചു.

അനുബന്ധം 2

അവതാരിക

ആറ്റൂർ കൃഷ്ണപ്പിഷാരടി

ആശാനവർകൾ പ്രകൃതഗ്രന്ഥത്താൽ കാണിച്ചുതരുന്ന സീതയാകട്ടെ ഇവയിൽ നിന്നെല്ലാം വ്യത്യസ്തമായ ലൗകികരീതിയിലാണു പ്രത്യക്ഷപ്പെടുന്നത്. വാല്മീകി കാളിദാസന്മാർ കാണിച്ചുതന്നിരിക്കുന്ന സീതയെപ്പോലെ പാതിവ്രത്യധർമ്മത്തിന്റെ പരമകാഷ്ഠയിലുള്ള നിഷ്ഠ കൊണ്ടുംമറ്റും ഭർത്താവിന്റെ അപരാധത്തെപ്പറ്റി അധികമൊന്നും ആക്ഷേപിക്കാതിരിക്കത്തക്കവിധം അലൗകികമായ സഹനശക്തിയോ മറ്റോ പ്രകൃതസീതയ്ക്കില്ല. ഭവഭൂതിയുടെ സീതയെപ്പോലെ അത്രത്തോളം ശുദ്ധഗതിയും കാണുന്നതല്ല. ഏറ്റവും മാനവതിയായ ഒരു ഖണ്ഡിതനായികയും മാനാധിക്യംനിമിത്തംതന്നെ ലോകത്തോടു നീരസം തോന്നി വെറുത്തിരിക്കുന്ന വിരഹിണിയുമായിട്ടുള്ള മാതിരിയിലാണ് പ്രധാനമായി അക്കാലത്തു സീതയുടെ മനോവൃത്തി വ്യാപിച്ചിരുന്നതെന്ന സംഗതിയാണു പ്രസ്തുതഗ്രന്ഥം സാമാന്യമായി നമുക്കനുഭവപ്പെടുത്തിത്തരുന്നത്. സീതാപരിത്യാഗത്തിനു മുമ്പുള്ള *രാമായണകഥ*യിൽ സീതയെപ്പറ്റിയേടത്തോളമുള്ള പ്രധാനഭാഗങ്ങൾ പലതും പരിത്യാഗം മുതല്ക്കുള്ള ആ വക ഭാഗങ്ങൾ ക്രമത്തിൽ മുഴുവൻ തന്നെയും സ്മരണംവഴിക്കു ക്രമേണ സ്നേഹത്തിന്റെയും ഈർഷ്യയുടെയും ഉദ്ദീപനങ്ങളായിത്തീർന്നു മാനത്തെപ്പോഷിപ്പിക്കുന്ന നിലയിൽ സീതയുടെ ചിന്തയിൽ പെരുമാറുന്നതായി ഇതിൽ പ്രതിപാദിച്ചിരിക്കുന്നു. 23-ാം പദ്യത്തിലെ "അവമാനശല്യമേ ഒഴിയാതുള്ളൂ വിവേകശക്തിയാൽ" എന്ന ഭാഗം കൊണ്ടും 16-ാം പദ്യത്തിലെ "മാനഹേതുവാലൊഴിയാത്താർത്തി മനുഷ്യനേ വരൂ" എന്നതുകൊണ്ടും 146-ാം പദ്യത്തിലെ "അതിമാനിനി ഞാൻ സഹിക്കുമി സ്ഥിതി" എന്നതുകൊണ്ടുംമറ്റും ഗ്രന്ഥകാരൻതന്നെ ഈ സംഗതി അവിടെയവിടെ സ്പഷ്ടമായിക്കാണിച്ചുതരുന്നതുമുണ്ട്.

സീതയ്ക്കുണ്ടായിരുന്ന മഹാരാജ്ഞിപദത്തെപ്പറ്റി നമുക്കു

പ്രത്യേകം ഓർമ്മയുണ്ടാകത്തക്കവിധം,

"അരിയോരണിപന്തലായ് സതി-
ക്കൊരു പൂവാക വിതിർത്ത ശാഖകൾ
ഹരിനീലതൃണങ്ങൾ കീഴിരു-
ന്നരുളും പട്ടുവിരിപ്പുമായിതേ."
"പുളകങ്ങൾ കയത്തിലാമ്പലാൽ
തെളിയിക്കും തമസാസമീരനിൽ
ഇളകും വനരാജി വെണ്ണിലാ-
വൊളിയാൽ വെള്ളിയിൽ വാർത്തപോലെയായ്."

എന്നമാതിരിയിൽ ആ സാദ്ധ്വി ഇരുന്നിരുന്ന പ്രദേശം വർണ്ണിച്ചു കൊണ്ടു ഗ്രന്ഥം ആരംഭിച്ചിട്ടുള്ളതുതന്നെ ഖണ്ഡിതനായികയായി ത്തീർന്നിട്ടുള്ള ഒരു മഹാരാജ്ഞിക്കുണ്ടാകാവുന്ന മാനം അതിരറ്റതായി രിക്കുമെന്ന സംഗതി സൂചിപ്പിച്ചുതരുന്നു. പുത്രന്മാർ അയോദ്ധ്യ യിൽച്ചെന്ന് വാല്മീകികൃതമായ *രാമായണം* ചൊല്ലുന്നതു കേട്ടിട്ട് ആ വഴിക്ക് ഇപ്പോൾ ഭർത്താവു പുത്രന്മാരെ അറിഞ്ഞിട്ടുണ്ടായിരിക്കണ മെന്നും പക്ഷേ, വീണ്ടും തന്നെ സ്വീകരിപ്പാൻ തീർച്ചപ്പെടുത്തി അടുത്ത അവസരത്തിൽത്തന്നെ കൊണ്ടുപോവാൻ ആളെ അയച്ചേക്കാമെന്നും ഉള്ള വിചാരമാണ് പ്രകൃതമായ ദീർഘചിന്തയ്ക്കു പ്രധാനകാരണമെന്ന് ആദ്യപദ്യത്തിലെ പൂർവ്വാർദ്ധംകൊണ്ടും 18-ാം പദ്യംകൊണ്ടും കാണി ച്ചതോടുകൂടിത്തന്നെ "നിഴലിൻവഴി പൈതൽപോലെ പോയുഴലാ ഭോഗ മിരന്നു ഞാനിനി" എന്ന അംശത്താൽ ഒരിക്കലും ഇനി ഞാൻ ആ രാജ്ഞീപദം സ്വീകരിക്കയില്ലെന്നു സീത തീർച്ചപ്പെടുത്തിയിരിക്കുന്ന തായും കാണിച്ചിട്ടുണ്ടെങ്കിലും ആ നായികയുടെ ഹൃദയത്തിൽ പിന്നെയും എന്തെന്നില്ലാതെ വലുതായ ഒരുൽക്കണ്ഠയുള്ളതായി 11-ഉം 13-ഉം പദ്യങ്ങളാൽ പ്രതിപാദിച്ചിട്ടുള്ളതും വാസ്തവത്തിൽ ആ മാനാ തിശയത്തിന്റെ ശക്തിയെയാണു വെളിപ്പെടുത്തുന്നത്. എങ്ങനെയെ ന്നാൽ: സാധാരണയായിമാനശോകാദികളായ അവസ്ഥകളിൽ അതിന്റെ പരിഹാരമാർഗ്ഗത്തെക്കുറിച്ച് ഉൽക്കണ്ഠയുണ്ടാകുന്നതു സ്വാഭാവികമാണ്. പരിഹാരമില്ലെന്നു തീർച്ചപ്പെട്ടുംകൊണ്ടാണിരിക്കുന്നതെങ്കിലാകട്ടെ ആ ഉൽക്കണ്ഠ വിഷയവിശേഷത്തെ അവലംബിക്കാതെ 'ഏതിനോ വിരയുന്ന' മട്ടിലായിത്തീരുമെന്നേ വ്യത്യാസമുള്ളൂ. അതിനാൽ മാനശോ കാദികളൊന്നുമില്ലെങ്കിൽ ആ ഏതിനോ വിരയുകയും ഉണ്ടാകുന്നതല്ല. പതിരാഗജന്യങ്ങളായ പ്രിയഭാവങ്ങൾ ചിന്തയിൽ ഊന്നിടാതായെന്നും പ്രണയം തലപൊക്കാതെ നിദ്രയായെന്നും ഇന്ദ്രിയമോദഹേതുക്കളായ ഭാവങ്ങൾ ഒഴിഞ്ഞുപോയെന്നും മറ്റും സീത ചിന്തിക്കുന്നുണ്ടെങ്കിലും സൂക്ഷ്മം പരിശോധിച്ചാൽ ആ മാന്യവതി അപ്രകാരം അഭിമാനിക്കുക മാത്രമാണു ചെയ്യുന്നത്. മാനം അതിനു ഹേതുക്കളായ ആ വക വികാ രങ്ങളെയെല്ലാം അതിശയിച്ചു ബലപ്പെട്ടും മാനകാരണങ്ങളായ ആ വികാ രങ്ങൾ വ്രതചര്യാദികൾ വഴിക്കു സഹനശക്തിയോടുകൂടിയുള്ള പരിച

യംകൊണ്ടും വാശികൊണ്ടും കാര്യമായ മാനത്തിൽ കീഴ്പ്പെട്ടും നില്ക്കുമ്പോൾ അപ്രകാരം തോന്നുന്നതുമാണ്. അതിനാൽ ആ വക അംശങ്ങളും മനോൽക്കർഷത്തെത്തന്നെയാണു കാണിച്ചിരിക്കുന്നത്. അതുപോലെ, പരിത്യാഗാവസരത്തിൽത്തന്നെ ജീവനെക്കളയാതിരുന്നതിനു കാരണം ഭർത്തൃകുലം നിലനില്ക്കുന്നതിനുള്ള പ്രതിപത്തിയല്ല. ഗർഭത്തിലുള്ള ദയതന്നെയാണെന്നു പ്രസ്താവിച്ചിരിക്കുന്നതും ഭർത്താവിന്റെ നേരെയുള്ള ഈർഷ്യക്കനുകൂലമായിത്തന്നെയിരിക്കുന്നു. പുത്രവാത്സല്യംവഴിയായുള്ള സുഖം അനുഭവിപ്പാനുള്ള സംഗതിയെങ്കിലും ഉണ്ടായിരിക്കുന്നില്ലെങ്കിൽ ഈ ദുഃഖം ഇതിലും എത്രയോ ദുസ്സഹമായിത്തീരുമായിരുന്നുവെന്നു കരുതുന്നതും, എന്നാലും 'വിനയാർന്ന സുഖം കൊതിക്കയില്ലിനിമേൽ ഞാനസുഖം വരിക്കുവൻ' എന്നു നൈരാശ്യപ്പെടുന്നതും, ആ മാനത്താലുണ്ടാകുന്ന മനശ്ചാഞ്ചല്യത്തിന്റെ രൂപഭേദങ്ങളാണ്. തെറ്റുചെയ്ത ആളുടെനേരെ കഠിനമായും ദ്വേഷം മനസ്സിൽ സ്ഫുരിക്കുന്ന അവസരങ്ങളിൽ ആ തെറ്റിന്റെ ക്രൂരതയെ തുലനംചെയ്യുന്നതിനുള്ള അവസാനവിശേഷം നിമിത്തം ആനുകൂല്യം കാണിച്ചവരുടെ ബുദ്ധിഗുണത്തെപ്പറ്റി വിചാരങ്ങൾ പോകുന്നതു ലോകത്തിൽ സാധാരണയാണല്ലോ. അതിലുംവിശേഷിച്ചു തെറ്റു പ്രവർത്തിച്ചവനു തന്നോടു ബന്ധം അധികമുണ്ടായിക്കൊണ്ടും ആനുകൂല്യം കാണിച്ചവന് അത്രത്തോളംതന്നെ ബന്ധമില്ലാതെയും ആണ് ഇരിക്കുന്നതെങ്കിൽ ആ മാതിരി വിചാരം വളരെയധികം വേഗത്തിലും ശക്തിയോടുകൂടിയും വ്യാപരിക്കുന്നതും തെറ്റിന്റെ മാഹാത്മ്യം കൂടുന്നതിനായി ആനുകൂല്യത്തെപ്പറ്റി അനുശോചനരൂപത്തിൽ അധികമായി അഭിനന്ദിക്കുന്നതും സ്വഭാവസിദ്ധങ്ങളാണ്. ഉപേക്ഷാവസരത്തിൽ ലക്ഷ്മണനുണ്ടായ സങ്കടത്തെക്കുറിച്ചനുശോചിക്കുന്നതും ആ ദേവരനു തന്റെ പേരിലുള്ള ഭക്തിസ്നേഹങ്ങളെ ഓർത്ത് ഹൃദയംഗമങ്ങളായ വിധത്തിൽ അഭിനന്ദിക്കുന്നതും വാല്മീകിയുടെയും താപസീജനങ്ങളുടെയും കരുണാവിശേഷത്തെക്കുറിച്ചും അവരോടുകൂടിത്താമസിപ്പാൻ ഇടയാക്കിത്തീർത്ത വിധിയെക്കുറിച്ചുതന്നെയും കൃതജ്ഞത പ്രകടിപ്പിക്കുന്നതും എല്ലാം ആ മാതിരി വിപരീതശക്തികളുടെ പ്രവർത്തനംവഴിയായി ശ്രീരാമന്റെപേരിലുള്ള ഈർഷ്യക്കു ശക്തി വർദ്ധിപ്പിക്കുന്നു. ഇങ്ങനെ പലതരത്തിലും പലവഴിക്കുമായി അതിരുകവിഞ്ഞുമൂർച്ഛിച്ച മാനത്തോടുകൂടിയാണു തന്നെപ്പറ്റി അപവാദം പറഞ്ഞ നാട്ടുകാരുടെയും അതുകേട്ടുപേക്ഷിച്ച ഭർത്താവിന്റെയും നേരെ നായികയുടെ ചിന്ത തിരിയുന്നതായി 73-ാം പദ്യംമുതൽ പ്രതിപാദിച്ചിരിക്കുന്നത്. ആ വിധം ഉഗ്രമായിത്തിരിഞ്ഞ ചിന്തയിൽ ഭർത്താവു കല്പിച്ചുകൂട്ടി തന്നെ അവമാനിച്ചതാണെന്ന നിലയിൽ ശ്രീരാമന്റെ നേരെയുള്ള ഈർഷ്യ എത്രത്തോളം നിലവിട്ടു വർദ്ധിച്ചിട്ടുണ്ടെന്നുള്ളതിന് 82, 83, 85, 88, 91, 94, 98, 99, 103, 105, 110, 113, 115, 125, ഈ പദ്യങ്ങൾ പ്രത്യേകിച്ചും ഉദാഹരണങ്ങളായിത്തീർന്നിട്ടുണ്ട്. ഗംഭീരയായ സീത, മനുഷ്യസ്വഭാവസാധാരണമായി പെട്ടെന്നുണ്ടായ ക്ഷോഭത്താൽ

പറഞ്ഞിട്ടുള്ള നിലയിൽ വരകവി നിബന്ധിച്ചിരിക്കുന്ന 'സദൃശം ശ്രുതത്തികവിനൊ കുലത്തിനൊ' എന്ന ഭാഗത്തെ മാനവതിയായ സീതയുടെ ചിന്തയിൽ ഇത്രത്തോളം പരന്നു വ്യാപരിച്ചതായിക്കാണിച്ച പ്രസ്തുത കവിയുടെ അവേക്ഷണചാതുര്യം പ്രത്യേകിച്ചും പ്രസ്താവയോഗ്യമായിട്ടുമുണ്ട്. സമാധാനത്തിനുവഴിയില്ലാത്ത തരത്തിലിരിക്കുന്ന ഏതൊരു മനോവികാരവും വല്ലാതെ മൂർച്ഛിച്ചു ദുസ്സഹമായിത്തീരുമ്പോൾ അതിന് ഏതുവഴിക്കെങ്കിലും കുറച്ചൊരു സമാധാനം തന്നത്താൻ ഉണ്ടാക്കിത്തീർക്കുവാൻ മനസ്സ് ആരാഞ്ഞുനോക്കുന്നതു മനുഷ്യർക്കെല്ലാം പ്രകൃതിസിദ്ധങ്ങളായ സ്വഭാവവിശേഷങ്ങളിലൊന്നാണ്. സീതയുടെ മാനാതിശയവും മേൽപ്രകാരം സഹിപ്പാൻപാടില്ലാത്തവിധം മൂർച്ഛിച്ചപ്പോൾ സമാധാനത്തിനുവേണ്ടി മറ്റൊരുവഴിക്കു തിരിയുന്ന സംഗതിയാണ്. 'അഥവാ നിജനീതിരീതിയിൽ' എന്നു തുടങ്ങിയ 134-ാം പദ്യംമുതൽക്കു പ്രതിപാദിച്ചിട്ടുള്ളത്. മനസ്സ് ആ വഴിക്കു തിരിഞ്ഞപ്പോൾ. ഭർത്താവു തന്നെ ഉപേക്ഷിച്ചതു മനഃപൂർവ്വം ചെയ്തതായിരിക്കയില്ലെന്നും രാജധർമ്മവ്യവസ്ഥയാൽ നിവൃത്തിയില്ലാതെ ചെയ്യേണ്ടിവന്നതായിരിക്കണമെന്നും ഇതുനിമിത്തം അദ്ദേഹം സാമാന്യത്തിലധികം സങ്കടപ്പെട്ടിട്ടും ഇപ്പോഴും കഠിനമായി സങ്കടപ്പെടുന്നതുമുണ്ടായിരിക്കണമെന്നും മറ്റും യുക്തിയുക്തമായി സമർത്ഥിക്കയും.

"അഹഹ സ്വയമിന്നുപാർക്കിലുൾ-
സ്പൃഹയാൽ കാഞ്ചനസീതയാണുപോൽ
സഹധർമ്മിണി യജ്ഞശാലയിൽ
ഗഹനം സജ്ജനചര്യയോർക്കുകിൽ

എന്നിങ്ങനെ ആ സംഗതി ദൃഢമായി വിശ്വസിക്കുകയും ചെയ്യുന്നു. അതോടുകൂടിത്തന്നെ മുൻപ് താൻ അപരാധം ചുമത്തിയതിനെപ്പറ്റി പശ്ചാത്തപിച്ച് മനസ്സുകൊണ്ട് ഭർത്താവിനോടു ക്ഷമായാചനവും ചെയ്യുന്നു എന്നുമാത്രമല്ല;

"നിരൂപിക്കുകിൽ നിന്ദ്യമാണു മ-
ച്ചരിതം ഞാൻ സുചരിത്രയെങ്കിലും
ഉരുദുഃഖനിരയ്ക്കു നല്കിനേ-
നിരയായിപ്പലവാറു കാന്തനെ"

എന്നുംമറ്റും തന്നത്താൻ നിന്ദിക്കയും പിന്നെയും ജീവിച്ചിരിക്കുന്നതിനെപ്പറ്റി വെറുക്കുകയും ചെയ്യുന്നുണ്ട്. അങ്ങനെയൊക്കെയാണെങ്കിലും ഭർത്താവു തന്നെ അപമാനിച്ചതു കല്പിച്ചുകൂട്ടി ചെയ്തതല്ലെന്നുള്ള അംശത്തെ മാത്രമല്ലാതെ തനിക്കു വന്നുകൂടിയ അപമാനത്തിന് അതുകൊണ്ടു കുറവുള്ളതായി പിന്നെയും ആ മാനവതി കരുതുന്നില്ല. അതിനാൽ തന്റെപേരിൽ തെറ്റില്ലെന്ന സംഗതി ബോദ്ധ്യപ്പെടുത്തുവാൻ ഒരിക്കലും ഒരുക്കമില്ലെന്നുതന്നെ വീണ്ടും മാനക്ഷുഭിതയായി നിശ്ചയിക്കയും ചെയ്യുന്നു. ഇങ്ങനെ ആകപ്പാടെ ഓജസ്സു തികഞ്ഞ തനിക്കു താൻപോന്ന ഒരു വിരഹിതനായികമാനക്ഷുഭിതയായും ഭർത്താവിന്റെ

അനുശയം കണ്ടു പശ്ചാത്തപിച്ചും ഇഹലോകവാസം ഉപേക്ഷിച്ചിരിക്കുന്ന നിലയിലാണ് പ്രസ്തുത കവി സീതയെ നമുക്കു കാണിച്ചുതന്നിട്ടുള്ളതെന്നു ചുരുക്കത്തിൽ പറയാം.

പുറമേ കാണുന്ന സ്വഭാവത്തെപ്പറ്റിയേടത്തോളം മേൽപ്രകാരമുള്ള വിശേഷം അനുഭവപ്പെടുത്തിത്തരുന്നതുപോലെ ആന്തരമായി പരിശോധിച്ചു നോക്കുമ്പോഴും പല ലോകശാസ്ത്രതത്ത്വങ്ങളും സീതയുടെ ചിന്തയിലുൾപ്പെട്ടതാണെന്ന നിലയിൽ പ്രതിപാദിച്ചു നമുക്കു വെളിപ്പെടുത്തിത്തരുന്നുണ്ട്. മനുഷ്യർക്കുണ്ടാകുന്ന സുഖദുഃഖങ്ങൾ 'സുഖസ്യാനന്തരം ദുഃഖം ദുഃഖസ്യാനന്തരം സുഖം' എന്നിങ്ങനെ മഴയും വേനലും പോലെയും ഇരുട്ടും വെളിച്ചവുംപോലെയും ഒന്നുകഴിഞ്ഞൊന്ന് എന്ന ക്രമത്തിൽ വന്നുകൊണ്ടിരിക്കുന്നതാണ്. എന്നുതന്നെയല്ല, വാസ്തവത്തിൽ മനസങ്കല്പഭേദംകൊണ്ടു മാത്രമാണ് ഇന്നതു സുഖം ഇന്നതു ദുഃഖം എന്നൊക്കെ തോന്നുന്നതും. എന്നീവക തത്ത്വങ്ങളെ പലതരത്തിലും ഭംഗിയായ ദൃഷ്ടാന്തങ്ങളോടുകൂടി 15, 28, 29 ഈ പദ്യങ്ങളാലും മറ്റും വ്യവസ്ഥാപിച്ചിരിക്കുന്നതു നോക്കുക. 30 മുതൽ 35 വരെയുള്ള പദ്യങ്ങൾ അതിലും കുറേക്കൂടി സൂക്ഷ്മവും ഹൃദയംഗമവുമായ വാസ്തവമാണു പ്രതിപാദിച്ചിരിക്കുന്നത്. ലോകം ശുഭാശുഭരൂപമായി എന്നും നിലനില്ക്കുന്നതാണെന്നുള്ള പ്രപഞ്ചനിത്യത്വവാദികളുടെ മതവും ലൗകികങ്ങളായ സുഖദുഃഖങ്ങൾ അനുഭവിച്ചു കുറേക്കഴിഞ്ഞാൽ ഒടുവിൽ ദുഃഖനാശം വരുമെന്നുള്ള ദുഃഖധ്വംസസ്വരൂപമോക്ഷവാദികളുടെ മതവും ദുഃഖാനുഭവത്തിൽ പ്രപഞ്ചത്തിൽനിന്നു വിരക്തിയും ആ വഴിക്കു സുഖസ്വരൂപമായ മോക്ഷത്തിന്റെ ലാഭവും ഉണ്ടാകുന്നതാണെന്നുള്ള നിരതിശയാനന്ദമോക്ഷവാദികളുടെ മതവും പൂർവ്വപക്ഷങ്ങളായും സിദ്ധാന്തമായും വരുന്നവിധം ക്രമത്തിൽ പ്രസ്താവിച്ചിരിക്കുന്നത് ഏറ്റവും ഉചിതവും അഭിനന്ദനീയവുമായിട്ടുണ്ട്. ഇങ്ങനെ മിക്ക ഭാഗങ്ങളിലും ഓരോരോ സൂക്ഷ്മതത്ത്വങ്ങൾ അടങ്ങീട്ടുള്ള നിലയിലും അതുനിമിത്തം സാഹിത്യഗുണത്തിനു ന്യൂനത വന്നുപോകാതെയും രചിച്ചിട്ടുള്ള പ്രസ്തുതഗ്രന്ഥം ഏതുവിധത്തിലും അഭിജ്ഞന്മാരുടെ ശ്രദ്ധയ്ക്കർഹമായിട്ടുണ്ടന്നുള്ള സംഗതി നിർവ്വിവാദമാണ്. അതിനുപുറമേ, ഏതെങ്കിലും ഒരു വിഷയത്തെ പുരസ്കരിച്ചു ന്യായാന്യായങ്ങളാൽ യുക്തായുക്തത്വ വിചാരംചെയ്യുന്ന രീതിയിൽ കവിതാഗുണങ്ങൾക്കു കുറവുവരാത്തവിധം ഒരു കാവ്യം നിർമ്മിക്കുന്നത് അത്ര എളുപ്പത്തിൽ സാധിക്കുന്ന കാര്യമല്ലെന്നാണ് എന്റെ പക്ഷം. മലയാളഭാഷയിൽ ഞാൻ കണ്ടേടത്തോളം ആ രീതിയിൽ പ്രകൃതഗ്രന്ഥം ഒന്നാമതായിട്ടാണിരിക്കുന്നതും. ഭാരതരാമായണാദികളിലെ ചില സന്ദർഭങ്ങളിൽ പ്രസ്തുത രീതി കാണുന്നുണ്ടെങ്കിലും അവയിലെ പ്രധാനാംശം അതൊന്നുമല്ലല്ലൊ.

ഇനി ഒരു സംഗതിയെക്കുറിച്ചു മാത്രമേ ഈ അവതാരികയിൽ പ്രസ്താവിക്കേണ്ടതായിത്തോന്നുന്നുള്ളൂ. സീതയുടെ പ്രസ്തുതചിന്തകൾ സീതാപരിത്യാഗം നടന്നിട്ടു പതിനഞ്ചോളം സംവത്സരം കഴിഞ്ഞ

തിനുശേഷം സംഭവിച്ചതാണെന്ന്,

"സുതർ മാമുനിയോടയോദ്ധ്യയിൽ
ഗതരായോരളവന്നൊരന്തിയിൽ"

എന്ന ആദ്യഭാഗംകൊണ്ടും

"പുലർസമയമടുത്തൂ കോസലത്തിങ്കൽനിന്ന-
ക്കുലപതിയുമണഞ്ഞൂ രാമസന്ദേശമോടും"

എന്ന അവസാനഭാഗംകൊണ്ടും വ്യക്തമാക്കുന്നുണ്ട്. എങ്ങനെയെന്നാൽ: ഗർഭിണിയായിരിക്കുന്ന കാലത്താണല്ലോ സീതയെ ഉപേക്ഷിച്ചത്. ശത്രുഘ്നൻ മധുരയിലേക്ക് ലവണനെക്കൊല്ലുവാൻ പോകുന്ന വഴിക്കു വാല്മീകിയുടെ ആശ്രമത്തിൽ ഒരുദിവസം താമസിക്കയുണ്ടായി. അന്നാണ് സീതാദേവിയുടെ പ്രസവം. ശത്രുഘ്നൻ പന്ത്രണ്ടുവത്സര കാലം മധുരയിൽ താമസിച്ചതിനുശേഷമാണ് തിരിയെ അയോദ്ധ്യയിലേക്കു പോന്നത്. പോരുന്നവഴിക്കും വാല്മീക്യാശ്രമത്തിൽക്കയറി ഒരു രാത്രി താമസിച്ചു. അവിടെവച്ചു സീതാപുത്രന്മാരും മറ്റുംകൂടി *രാമായണകാവ്യം* ചൊല്ലുന്നത് അദ്ദേഹത്തിനു കേൾപ്പാൻ സംഗതിയായെങ്കിലും വാല്മീകിയുടെ ആജ്ഞനിമിത്തം ആ വർത്തമാനം ശ്രീരാമനെയോ മറ്റോ അറിയിച്ചില്ല. മധുരാരാജാവായ ശത്രുഘ്നൻ പിന്നെയും ആ രാജ്യത്തേക്കു പോയി കുറെക്കാലം കഴിഞ്ഞതിനുശേഷമാണ് ശ്രീരാമൻ ശംബൂകനെന്ന ശൂദ്രയോഗിയെ വധിച്ചത്. അതിനുംശേഷമാണ് അശ്വമേധയാഗം. ആ യാഗകാലത്താണ് സീതാപുത്രന്മാർ 'മാമുനിയോടയോദ്ധ്യയിൽ ഗത'രായത്. ഇങ്ങനെ പരിത്യാഗംകഴിഞ്ഞിട്ടു പതിനഞ്ചോളം വത്സരത്തിനുശേഷമുള്ള കഥ സീതയുടെ ചിന്തയായിട്ടുള്ള സ്ഥിതിക്ക് അതിൽ ആദ്യം മനഃപൂർവ്വമായിത്തന്നെ ശ്രീരാമൻ ക്രൂരതയും അന്യായവും കാണിച്ചതാണെന്നു കരുതി ആ നായകനെപ്പറ്റി അതികഠിനമായ ഈർഷ്യയോടുകൂടി മനോവൃത്തി വ്യാപിച്ചിരിക്കുന്നതും ഉടൻതന്നെ വഴി മാറിത്തിരിഞ്ഞു ഭർത്താവിന്റെ പേരിൽ തെറ്റില്ലെന്ന നിലയിൽ പശ്ചാത്താപപ്പെടുന്നതുംകൂടി എങ്ങനെ ശരിയാകും. പരിത്യാഗം കഴിഞ്ഞിട്ട് അതുവരെയും ആ കഠിനസംഭവത്തിന്റെ യുക്തായുക്തതകളെപ്പറ്റി അതനുഭവിച്ചുകൊണ്ടിരിക്കുന്ന നായിക യാതൊന്നും ചിന്തിച്ചിട്ടില്ലെന്നു വരുന്നതല്ലെന്നുമാത്രമല്ല അതു കഴിഞ്ഞ ഉടൻതന്നെ ആവുന്നേടത്തോളം ചിന്തിച്ചിരിക്കുന്നതുമാണ്. മനഃപൂർവ്വം ചെയ്തതോ അല്ലയോ എന്ന് അപ്പോൾ ത്തന്നെ സംഭവഗതികളനുസരിച്ചു യുക്തികൊണ്ടു തീർച്ചപ്പെടുത്തി വച്ചിട്ടുമുണ്ടായിരിക്കണം. അതുപ്രകാരം മനഃപൂർവ്വംതന്നെ ചെയ്തതാണെന്നാണ് തീർച്ചയെങ്കിൽ രണ്ടാമത്തെ ഭാഗവും അങ്ങനെയല്ലെങ്കിൽ കുറ്റം പറയുന്ന ആദ്യഭാഗവും ഇത്രത്തോളം ബലമായി പ്രകൃതചിന്തയിൽപെടുവാൻ നിവൃത്തിയുള്ളതല്ലല്ലോ. ഇങ്ങനെയെല്ലാം പ്രകൃതഗ്രന്ഥത്തെപ്പറ്റി ചുഴിഞ്ഞു നോക്കുന്നവരിൽ ചിലർക്കു പക്ഷേ, തോന്നുമായിരിക്കാം. എന്നാൽ ഗ്രന്ഥകാരൻ അതിനുള്ള സമാധാനവും ഈ ഗ്രന്ഥത്തിൽത്തന്നെ ഒന്നുരണ്ടു സ്ഥലങ്ങളിലായി നമുക്കു സൂചി

പ്പിച്ചുതന്നിട്ടുണ്ട്. അതിങ്ങനെയാണ്: ഇതിനുമുമ്പും ചിന്ത ചെയ്തിട്ടു ണ്ടെങ്കിലും ഇത്രത്തോളം ഗാഢമായി വിചാരിക്കേണ്ട അവസരം മുമ്പു വന്നിട്ടില്ല. ഇപ്പോഴാകട്ടെ, അയോദ്ധ്യയിൽനിന്ന് ഉടനെ ആളുവന്നേക്കു മെന്നൂഹിക്കാൻ ഇടയായതുകൊണ്ട് മുമ്പുകഴിഞ്ഞ സംഭവങ്ങളെല്ലാം ഗാഢമായ ചിന്തയ്ക്കുവിഷയമായിത്തീർന്നതാണ്. മേലാൽ എന്തുചെ യ്യണമെന്നു തീർച്ചപ്പെടുത്തേണ്ട ഘട്ടവുമായിരിക്കുന്നു. ഈ സമാധാനം ഉള്ളിൽ വച്ചും കൊണ്ടു തന്നെയാണ്.

"സ്മൃതിധാരയുപേക്ഷയാം തമോ-
വൃതി നീങ്ങിച്ചിലനാൾ സ്ഫുരിക്കയാം"

എന്നും മറ്റും പ്രസ്താവിച്ചിട്ടുള്ളതെന്നും സൂക്ഷിച്ചുനോക്കിയാൽ അറിയാവുന്നതുമാണ്. ഇനി ആ കഠിനസംഭവത്തിൽ ഇത്രയും മാനവ തിയായ നായിക ഉടൻതന്നെ ഗാഢമായിച്ചിന്തിച്ചിട്ടില്ലെന്നോ മേലിൽ എന്തുചെയ്യണമെന്നു തീർച്ചപ്പെടുത്തേണ്ട അവസരം വരാൻ കാത്തിരു ന്നുവെന്നോ വരുന്നതല്ലെന്നുതന്നെ തോന്നുന്നവരുണ്ടെങ്കിൽ അവരോട് എനിക്കു പറവാനുള്ളത് ഇതാണ്: അയോദ്ധ്യയിൽവച്ചു മഹാരാജ്ഞി യായിട്ടുള്ള നിലയിൽ സീതാദേവിയെ കണ്ടിട്ടുള്ള ഒരാൾ പിന്നെ വളരെക്കാലം കഴിഞ്ഞു വാല്മീകിയുടെ ആശ്രമത്തിൽ വിരഹിതയായി രിക്കുന്ന ആ സാദ്ധ്വിയെ കണ്ടെത്തിയാൽ അയാളുടെ മനോവൃത്തി ഏതു വിധം വ്യാപരിക്കുമോ ആ വിധത്തിലാണ് കവി കല്പിച്ചിട്ടുള്ളതെന്ന സംഗതി സീത ഇരുന്നിരുന്ന പ്രദേശത്തെ ഒരു മഹാരാജ്ഞിപദത്തോടു താരതമ്യപ്പെടുത്തി ഗ്രന്ഥാരംഭത്തിൽ വർണ്ണിച്ചിട്ടുള്ളതുകൊണ്ടുതന്നെ പ്രസ്തുത കവി നമുക്ക് വ്യഞ്ജിപ്പിച്ചുതരുന്നുണ്ട്. അതനുസരിച്ച് നോക്കി യാൽ എല്ലാം ഉപപന്നമാക്കിത്തീർക്കാവുന്നതുമാണ്. പിന്നെ ഇതൊരു കാവ്യഗ്രന്ഥമാണ്; യുക്തിശാസ്ത്രഗ്രന്ഥമല്ല. സഹൃദയന്മാർ രസിക്കു ന്നതുതന്നെയാണ് കാവ്യത്തിലുള്ള പ്രധാനഗുണം. അതിനാൽ ഏതു വിധത്തിലും ആശാനവർകളുടെ ഈ പുതിയ കാവ്യരത്നവും മലയാള ഭാഷയ്ക്ക് ഒരു അമൂല്യസമ്പത്തായിത്തന്നെ പരിലസിക്കുന്നതാണ്.

തിരുവനന്തപുരം,
1920 ജൂൺ 2.

(ആദ്യ പതിപ്പിനുള്ള അവതാരിക)

9 789388 485517

Printed by Libri Plureos GmbH in Hamburg,
Germany